வால்வெள்ளி

வால்வெள்ளி

எம்.கோபாலகிருஷ்ணன்

தமிழினி

வால்வெள்ளி
குறுநாவல்கள்
எம்.கோபாலகிருஷ்ணன்
தமிழினி
Vall Velli - Novella - M.Gopalakrishnan
முதல் பதிப்பு : 2018
காப்புரிமை : எம்.கோபாலகிருஷ்ணன்
தமிழினி
அலுவலகம் : 63, நாச்சியம்மை நகர், சேலவாயல், சென்னை - 51.
tamilinibooks@gmail.com   8667255103
webjournal: tamizhini.co.in
அச்சாக்கம் : மணி ஆப்செட், சென்னை.
ரூ. 150

வாழ்வின் சவால்களின் நடுவே
துணிச்சலுடன் தளராது பயணிக்கும்
குதிரை வீரன்
யூமா வாசுகிக்கு

பொருளடக்கம்

1. வால்வெள்ளி   8
2. ஊதாநிற விரல்கள்   53
3. ரசிகன்   87
4. துன்பக் கனி   112

முன்னுரை

இத்தொகுப்பில் உள்ளவற்றை குறுநாவல்கள் என குறிப்பிடக் காரணம் இவற்றின் பக்க அளவல்ல. பேசுபொருள். பொது வாகவே என் சிறுகதைகள் பலவும் அளவில் நீளமானவை. ஒரே சமயத்தில் நாவலும் சிறுகதைகளும் எழுதும்போது இரண்டு வடிவங்களுக்குள் மாறி மாறி தேவைக்கேற்ப பொருந்துவ தென்பது சவாலான ஒன்று.

அன்றாடங்களின் நிரந்தர அட்டவணையில் இயந்திரம்போல் உழல்கிற வாழ்வில் தற்செயலாய் தோன்றி மறையும் அற்புத கணங்கள், எங்கோ யாரோ சந்திக்க வேண்டிய ஒரு பிரச்சினை அபத்தமாய் இன்னொருவரின் தலையில் விடியும் அபத்தம், கொண்டாடுவதற்கே இப்பிறவி என அனைத்தையும் உற்சாகத் துடன் எதிர்கொண்டு நகரும் ஒரு ரசிகன், துயரத்தின் கனிகளை மட்டுமே ஈனும் தீவினைத் தரு நிழலில் உலராமல் பெருகும் கண்ணீர் என வாழ்வின் வெவ்வேறு நிறங்களைக் காட்டுபவை இக் குறுநாவல்கள்.

இதில் உள்ள இரண்டு குறுநாவல்கள் இதழ்களில் வெளியான போது வேறு பெயருடன் வெளியாகின. இப்போது பொருத்தம் கருதி புதிய தலைப்புகளுடன் இடம்பெற்றுள்ளன. ‘அந்தி’ என்பதை ‘வால்வெள்ளி’ என்றும் ‘சுப்புணியும் சில பல குல தெய்வங்களும்’ என்பதை ‘ரசிகன்’ என்றும் மாற்றியுள்ளேன்.

நான் புனைகதையாளனாக உருவாகக் காரணமானவர் யூமா வாசுகி. திருப்பூரிலிருந்து வெளியான குதிரை வீரன் பயணம் இதழுக்காக சிறுகதை எழுதச் செய்தவர். அடிக்கடி சந்திக்க முடியாதபோதும்கூட இருவருக்கும் இடையிலான நட்பின் வெம்மை ஒருபோதும் மட்டுப்பட்டதில்லை. அவருக்காக இத் தொகுப்பை சமர்ப்பணம் செய்வது நிறைவையும் நெகிழ்வையும் அளிக்கிறது.

கோவை
02.12.2018

எம்.கோபாலகிருஷ்ணன்

வால்வெள்ளி

பகலின் வண்ணங்களும் இரவின் மயக்கங்களும் இசைமை கொண்டு கலந்திருந்தன அன்றைய அந்தியில். அப்போதுதான் நீ வந்து நின்றாய் என் வாசலில். பன்னீர்மரம் என் முற்றத்தில் உதிர்த்திருந்த பூக்களைப் பெருக்கித் தள்ள மனமில்லாமல் வாசற்படியில் உட்கார்ந்திருந்தேன். கூர் மழுங்கிய வெயிலும் புழுதியும் கலந்த வாடையைப் பன்னீர்ப் பூக்களின் வாசனை மெல்லிய அசைவுகளால் விலக்கி முன்னகர்ந்து வந்தது. பகல் முழுக்க ஏதோவொரு இருட் குகையில் பதுங்கிக் கிடந்திருந்த காற்று அப்போதுதான் தயங்கி முகம் காட்டியது.

பூரணியும் சித்தார்த்தும் இல்லாத வீட்டின் பேரமைதி எனக்கு சற்றும் பழக்கமில்லாத ஒன்று. அதன் கணத்தை தாங்க மாட்டாது தான் வெளியே வந்துவிட்டிருந்தேன். கிழக்கு வானின் நீல இருட்டில் அப்போதுதான் ஒரு நட்சத்திரம் பூத்திருந்தது.

தயங்கிய உன் காலடி ஓசை கேட்டு நான் திரும்பினேன். ஒளி மங்கிய அந்த வேளையில் உன் முகத்தை நானும் என் முகத்தை நீயும் சரியாகப் பார்த்துக் கொள்ள முடியவில்லை. தொலைதூரம் கடந்தவன்போல் நீ களைத்திருந்தாய். அழுக்கும் புழுதியும் வேர்வையுமாய் பழுப்பு நிறச் சட்டை உன் களைப்புக்குப் பொருத்தமாயிருந்தது. முரட்டு ஜீன்ஸ் காலோடு ஒட்டிக்கிடக்க தடித்த ஷூக்களின் லேஷ் கவனமின்றி முடிச்சிடப்பட்டிருந்தது.

''யாரது?'' என்று நான் கேட்டது சற்று அதட்டலுடனே வெளிப் பட்டிருக்கவேண்டும். சுபாவத்தில் நான் குரலுயர்த்திப் பேசும் போது இப்படியொரு அதட்டல்தொனி வந்துவிடுகிறது.

ஆனால் நீ கொஞ்சமும் அசரவில்லை. ''இது புரொபஸர் அர்த்தநாரியோட வீடுதான? அவரப் பாக்கணும்னு வந்தேன்.'' என் அதட்டல் உன்னை ஒன்றும் செய்யவில்லை என்பதைக் குரலி லிருந்த தெளிவும் உறுதியும் வெளிக்காட்டின. இதனால் நான் சற்று ஏமாற்றமடைந்தேன்.

பாவனையை சற்றும் தளர்த்திக் கொள்ளாமலே "அவர் வெளில போயிருக்கார். இப்ப பாக்க முடியாது" என்று சொன்னேன்.

"அவர்தானே இன்னிக்கு வரச் சொன்னார்?" உன் குரலில் மெல்லிய சந்தேகம்.

"நீங்க யாருன்னு சொல்லாமயே பேசிட்டிருக்கீங்க. அவர் இன்னிக்கு யாரையும் வரச் சொன்ன மாதிரி சொல்லலியே?" நான் இப்போதும் படியில் உட்கார்ந்துகொண்டுதான் பேசினேன். ஒரு மரியாதைக்காக எழுந்து உன் எதிரில் நின்று விசாரிக்க வேண்டும் என்ற இங்கிதத்தை என் அப்போதைய தலைக்கனம் புறக்கணித் திருந்தது.

"எம் பேரு ஆனந்த். பெங்களூர். சாரிட்ட ரெண்டு நாள் முன்னாடி போன்ல பேசுனேன். அவருதான் வாங்கன்னு சொல்லி ருந்தார்."

உன் பெயரைக் கேட்டதுமே புரொபஸர் இன்று மதியம் புறப் பட்டுப் போகும்போது சொல்லிவிட்டுப் போனது நினைவுக்கு வந்தது. நான் அவரை வழியனுப்பும் அவசரத்தில் அரைகுறையாய் காதில் வாங்கிக் கொண்டிருந்ததை சுத்தமாய் மறந்து போயிருந் தேன். எழுந்து உன்னருகில் வந்தபோது நீ நொந்து போயிருந்தது தெரிந்தது. களைத்த உன் முகத்தில் மெல்ல மெல்ல நிதானமின்மை யும் எரிச்சலும் நிழலிடத் தொடங்கியிருந்தன. கையிலிருந்த டிராவல் பேக்கை தொப்பென்று தரையில் எறிந்தாய். கீழே கிடந்த பன்னீர்ப் பூக்கள் சிதறி ஒதுங்கின.

'ஆனந்த். பெங்களூரிலிருந்து வறீங்க இல்ல. சார் சொன்னார்' என்று உடனடியாய் சரணடைந்து விட என் தலைக்கனம் இடம் கொடுக்கவில்லை. "ஆனா நீங்க மதியமே வர்றதால்ல சொன்னார். இருட்டிப் போச்சு."

"அவர் இப்ப வருவாரா. இல்லைன்னா எப்ப வருவார்னு சொல்லுங்க. நா நாளைக்கு வந்து பாக்கறேன்." உன்னிடமும் இப்போது முறுக்கம் கூடியிருந்தது.

"நா கேட்டதுக்கு நீங்க பதில் சொல்லலை" நிதானமாய் கேட்டபோது உள்ளுக்குள் நான் நைச்சியமாய் சிரித்திருந்தேன்.

"வழியில ரெண்டு எடத்துல நா வந்த பஸ் பிரேக் டவுன். சேலத்துல வந்து வண்டி மாத்தி வர்றதுக்கு லேட்டாயிடுச்சு. போதுமா. இப்ப என் கேள்விக்கு பதில் சொன்னீங்கனா கொஞ்சம் உதவியா இருக்கும்" உனக்கு இத்தனை கோபம் வருமா? இப்போது நினைத்தால் நம்ப முடியவில்லை.

''மெதுவா பேசுங்க. அவருக்கு திடீர்னு ஒரு வேலை. திருநெல்வேலி போயிருக்கார். ரெண்டு நாள்ல வந்துருவார். மொதல்ல உள்ள வாங்க. பிறகு பேசலாம்'' நான் என் இறுக்கத்தை தளர்த்திக் கொண்டு உன்னை உள்ளே அழைத்தேன்.

உனக்கு அப்போதும் நம்பிக்கை வந்திருக்கவில்லை. இருண்ட ஆகாயத்தையும் அசையும் மரக்கிளைகளையும் வெறித்துப் பார்த்தாய். என்னைக் கொஞ்சம் உற்றுப் பார்த்தாய். பிறகு அவ்வள வாய் விருப்பமில்லாதவனாய், வேறு வழியுமில்லாதவனாய் தயக்கத்துடன் முன் வராந்தாவில் இருந்த பிரம்பு நாற்காலியில் தளர்ந்து அமர்ந்தாய்.

தோட்டத்தின் செண்பக மரத்தருகே இருந்த குழல் விளக்கின் ஒளி வராந்தாவைத் தொட்டிருந்தது. உள்ளறையின் வெளிச்சம் சன்னலின் வழியே சாய்வாகச் சதுரமிட்டிருக்க இருளும் ஒளியுமாய் அந்த வராந்தா அபாரமான அழகுடன் இருந்தது. பூக்கள் வரைந்த கண்ணாடி ஜாடியில் குளிர்ந்த தண்ணீரை எடுத்துக்கொண்டு நான் அங்கே வந்தபோது நெற்றிமேட்டில் கை வைத்தபடி நீ நாற்காலி யில் சரிந்திருந்தாய். இருளிலும் ஒளியிலுமாய் உன் உருவம். பாவமாயிருந்தது. என்னையே நான் சற்று கடிந்துகொண்டேன்.

''கவலப்படாதீங்க. சார் எல்லா ஏற்பாடும் செஞ்சுருக்கார். அவுட் ஹவுஸ்ல தங்கிக்கலாம். நாளைக்கு சாயங்காலமா பட்டாம் பூச்சிகளப் பாக்கலாம். காலைல சாரோட லேபுக்கு போலாம்.'' உனது சோர்வைப் போக்கும்படியாக தயாராயிருந்த ஏற்பாடுகளை சற்று கூடுதலான உற்சாகத்துடனே விவரித்தேன்.

குளிர்ந்த நீரைப் பருகி முடித்ததும் நீ சற்று ஆசுவாசப் பட்டிருந்தாய். என்னைப் பார்த்த பார்வையில் சற்று இணக்கம் தெரிந்தது. எல்லா ஏற்பாடுகளும் கச்சிதமாக உள்ளன என்று தெரிந்ததும் உனக்கு நிம்மதியாய் இருந்திருக்கவேண்டும்.

''ஒரு நிமிஷம் எனக்கு என்ன செய்யறதுன்னு தெரியல. இருட்டிடுச்சு. இனி எங்க போயி, எப்ப வந்து வேலை முடியும்ங் கற பயம் வந்துருச்சு. சாரி. கொஞ்சம் எரிச்சலா பேசிட்டேன்.'' உனது குரல் இப்போது வெகுவாக மாறியிருந்தது.

கூதல் கூடியிருந்தது. கோவைக்கே உரித்தான இனிய மாலை நேரக் காற்று. இருட்டு. பூச்சிகளின் ரீங்காரம். திகட்டலாய் பன்னீர் பூவின் மணம். ஒரு வார அடர்த் தாடியுடனான உன் முகத்தில் சன்னமாய் பெண்மையின் சாயலிருந்ததைத்தான் நான் முதலில் கவனித்தேன். கண்களும் கீழுதட்டின் ஈரமும் அபாரமான ஒரு

கவர்ச்சியைத் தந்திருந்தன. அழுக்கான உன் தோற்றம் மெல்ல மெல்ல வசீகரம் கொள்ளத் தொடங்கியிருந்தது. விடுதியிலிருந்து பணியாள் வரும்வரையில் பொதுவாய் சில தகவல்களைப் பரிமாறிக் கொண்டதோடு அன்றைய நம் சந்திப்பு முடிந்து போனது. தோட்டத்துச் செம்மண் பாதையில் முரட்டுக் காலணிகள் அழுத்தமாகத் தடம் பதிக்க நீ இருளில் நடந்துபோனதை நான் பார்த்துக்கொண்டே இருந்தேன்.

வராந்தாவின் விளக்கை அணைத்துவிட்டு உள்ளே வந்தபோது தவிர்க்க முடியாமல் நிலைக்கண்ணாடியின் பக்கமாய் திரும்பி என்னையே ஒருதரம் பார்த்துக்கொண்டேன். நான் நைட்டி மட்டுமே அணிந்திருந்ததைப் பார்த்து ஒருகணம் திடுக்கிட்டேன். அதுகூட உறைக்காமலா உன் எதிரே அத்தனை நேரமும் நின்றிருக்கிறேன். வெட்கமாயிருந்தது. இதோ, இப்போது இந்த வரிகளை எழுதும்போதுகூட என் கன்னங்களில் செம்மை படர்கிறது. அதே நைட்டியைத்தான் இப்போதும் அணிந்திருக்கிறேன். ஆனால் அப்போதைய வெட்கம் மட்டும் இல்லை இப்போது.

மறுநாள் விடிகாலையில் மழை பெய்திருந்தது. வழக்கமாய் பால் பாக்கெட்டுடன் வேலைக்காரி வந்து கதவு மணியை அழுத்தும்போதுதான் வெளியே வந்தேன். மழை ஈரம் காற்றில் மணத்தது. செம்மண் பாதையின் கால்தடங்களில் தேங்கியிருந்தது தண்ணீர். தடித்த உன் காலணிகளின் தடங்களிலும் மழையின் மிச்சம். நேற்றிரவில் நீ அமர்ந்திருந்த நாற்காலிக்கு எதிரே உட்கார்ந்துகொண்டேன். சூரியஒளி வெகு மந்தமாக நோகாமலிருந்தது. சிலுசிலுவென்ற காற்று முகத்தில் மோதும் சுகத்தைப் பொத்தியவாறு தலைசாய்த்து கண்களை மூடிக்கொண்டேன்.

ஜென்சியின் பாடலொன்றை உதடுகள் சத்தமின்றி முணுமுணுத்தன. 'மாலையில் யாரோ மனதோடு பேச...' அந்தப் பாடல் உனக்கும் பிடிக்குமென்று பின்னர் ஒருசமயம் தெரிந்துகொண்டேன். பட்டாம்பூச்சிகளைப் படம்பிடிப்பதற்கென்று ஒருவன் இப்படி ஊர் ஊராகத் திரியவேண்டுமா? திடுப்பென்று அந்த கேள்வி முட்டியது. அது சரி, புரொபஸர் அர்த்தநாரியைத் தேடி வருபவர்கள் வேறு எப்படி இருப்பார்கள்! நானும் அவருக்கு வாழ்க்கைப்பட்டு பதினோரு வருடங்களாகிவிட்டன. எனக்கும் அவருக்குமே எட்டு வருட வித்தியாசம். விதி யாரை எப்போது முடிச்சிடும் என்று யாருக்குத் தெரியும். விவசாயக் கல்லூரியில் புரொபஸர் என்றும் தங்கமான மனுஷன் என்றும் தகுதிப்படுத்திச்

சொன்னபோது நான் வேறேதும் கேட்கும் மனநிலையில் இருக்க வில்லை. ஒரு வருடத்துக்கு முந்தைய ஒரு காதல் தோல்வியின் கண்ணீர் இன்னும் எனக்குள் மிச்சமிருந்தது. இப்போது நினைத்தால் பெரும் சிரிப்புதான் பீரிடுகிறது. உள்ளபடியே புரொபஸர் தங்கமானவர்தான். தாவரங்களோடும் மாணவர் களோடும் பட்டாம்பூச்சிகளோடும் எப்போதும் அவரது தோளில் கிடக்கும் பென்டெக்ஸ் காமிராவோடும் உரையாடியதுபோக நேரமிருந்தால்தான் ஏதாவது பேச வாய்க்கும். சில சமயம் இதுமாதிரி காற்றும் ஈரமும் அவரது உடலின் இரசாயனங்களைக் கொஞ்சம் கோதிவிட்டால் மட்டும்தான் என் இளமை அவருக்கு நினைவுக்கு வரும். அவசரமாய் வருவார். கலைப்பார். களைத்து விழுவார். அழுத்தமாய் நெற்றியில் முத்தமிட்டுவிட்டு மறுபடியும் தன் உலகத்துக்குள் மறைந்துவிடுவார். மஞ்சள் வண்ணத்தில் அகலமாய் மலர்ந்திருக்கும் டேலியா பூவில் தேன்குடித்தபடி இருக்கும் மொனார்க் இன வண்ணத்துப்பூச்சியை படம்பிடிக்க வென இவர்காட்டும் நிதானத்தையும் நுட்பத்தையும் பென்டெக் ஸின் லென்சுகளை கையாளும் லாகவத்தையும் என்னிடம் இருக்கும்போது கொஞ்சமேனும் காட்டவேண்டும் என்று ஏன் தோன்றாது போகிறது என்பது இன்றுவரை எனக்கொரு தீராத புதிர்தான். அவரவர்க்கு அவரவர் உலகம். நீயும் உன் மனைவியை, பொழுதின் ஆசிர்வாதங்களும் காற்றின் ரம்மியமும் கூடிய இப்படியொரு மழைநாளின் அதிகாலையில், பொருட்படுத்தாது வந்தவன்தானோ?

சட்டென்று எனக்கு உன் மீதும் கோபம் வந்தது. என்ன மனுஷன்? பட்டாம்பூச்சிகளைப் படம் பிடிக்கிறானாம். அப்போ திருந்த எரிச்சலில் உன்னைச் சந்திக்கவேண்டும் என்றோ, உன்னைப் பற்றி விசாரிக்க வேண்டும் என்றோ எனக்குத் தோன்றவில்லை. எழுந்து உள்ளே போய்விட்டேன்.

★

அன்று மாலை. நான்கு மணி இருக்கும். காலையில் பெய்த மழையின் ஈரம் இன்னும் கூட தோட்டத்துப் பாதையில் மிச்ச மிருந்தது. பொடானிக்கல் கார்டனுக்குள் கொஞ்ச நேரம் காலாரப் போய்வரலாம் என்று ஆயத்தமாயிருந்தேன். வீட்டிலிருந்து மருதமலை சாலைக்குப் போகும் மண்பாதையில் நடந்து இடது பக்கமாய் திரும்பி அரை கிலோ மீட்டர் நடந்தால் விவசாயக் கல்லூரியின் முன்வாசலுக்குப் போகலாம். அல்லது என் வீட்டின்

பின்பக்கமாய் உள்ள மண்பாதையில் சற்றே நடந்து இடது பக்கமாய் திரும்பினால் கல்லூரிக்கான பரிசோதனை விளைநிலங்கள் வரிசை பிடித்திருக்கும். ஒவ்வொரு பாத்தியும் பரிசோதனை ரகத்தின் பெயர்களை ஆங்கிலத்தில் தாங்கியிருக்கும். அதற்கு உரித்தான மாணவர்கள் ஒவ்வொரு நாள் மாலையிலும் அங்கு வந்து அன்றைய தம் அவதானிப்புகளைக் குறிப்பெடுத்துக் கொள்வார்கள். படம் எடுத்துக்கொள்வார்கள். அந்தப் பாதையின் முடிவில் ஒரு கம்பி வேலி. அதையடுத்து ஒரு பருத்திக் காடு. அதுவும் பரிசோதனைக்கான காடுதான். அதையும் தாண்டி, இன்னொரு கம்பி வேலியையும் கடந்தால் தோட்டக்கலைத் தோட்டத்தின் இடதுபக்க எல்லைக்கான வாசல் வந்துவிடும். இந்த வாசல் 'பொது உபயோகத்திற்கானது அல்ல.' எங்களைப் போன்ற கல்லூரியுடன் தொடர்புள்ளவர்கள் மட்டுமே பயன் படுத்தமுடியும். எனக்குத் திருமணமாகி வந்த புதிதில் புரொபஸர் கொஞ்சம் பெரிய மனதுடன் சில நாள் மாலைகளில் உடன் அழைத்துச் சென்றிருக்கிறார். அவருக்கு ஒரு பெண்ணுடன் உல்லாசமாக நடப்பதெப்படி என்றே தெரியவில்லை என்பது முதலிரண்டு நாட்களிலேயே தெரிந்துவிட்டது. அந்த உலாவலையும்கூட ஒரு புராஜக்ட் போலத்தான் திட்டமிட்டிருப்பார் போல. சரியாக ஐந்து மணிக்கு வீட்டை விட்டு புறப்படவேண்டும். ஐந்து பத்துக்கு தோட்டத்தை அடைந்து, முன்பே தீர்மானிக்கப்பட்ட அந்த பெஞ்சில் ஒரு முனையில் நானும் மறுமுனையில் அவருமாய் பத்து நிமிடம் உட்கார்ந்திருக்க வேண்டும். பேசலாம் அல்லது பேசாமலிருக்கலாம். சரியாகப் பத்து நிமிடமானதும் புறப்படலாமா என்பதுபோல லேசான தலையசைப்புடன் எழுந்து கொள்வார். "இன்னும் கொஞ்ச நேரம் உக்காரலாமே" என்பது போல நான் ஏதாவது சொன்னதுண்டு, தொடக்கத்தில். அப்படி நான் சொல்லி அவர் உட்கார்ந்திருக்கும் கூடுதல் நேரங்களில் தன்னியல்பிழந்தவராய்த் தவித்துக்கொண்டிருப்பார். அதன் பிறகு அவரால் இயல்பாய் பேச முடியாது. கால்களை இடம்மாற்றிய படியே இருப்பார். தலையைக் கோதிக்கொள்வார். உள்ளங்கை களால் முகத்தைத் துடைப்பார். அவரது இயல்பு முற்றிலும் எனக்குப் பிடிபடாத தொடக்க நாட்கள் அவை. எங்கிருந்தோ என்னைப் பிடுங்கியெடுத்து வந்திருப்பவர். அவரிடம்தான் நான் வேர்பிடித்தாக வேண்டும். ஏதேனுமொரு பற்றுதல் கிடைக்குமா என்று என் வேர்கள் அலைக்கழிந்திருந்த காலம். கூடவே தூண்டி விடப்பட்ட இளமையின் ருசியும் பசியும் வேறு. அவருக்கு இது எதுவுமே முக்கியமில்லை என்பதுபோல அடுத்த ஐந்தாவது

நிமிடம் எழுந்துகொள்வார். "போலாம். இருட்டிரும்" என்று நான் எழுந்துகொண்டேனா இல்லையா என்று பார்க்காமலேயே நடக்கத் தொடங்கிவிடுவார். அந்த மாலை உலாவல் எனக்குப் பழக்கமாகிப்போனது. அவர் இருந்தாலும் இல்லாவிட்டாலும் வந்தாலும் வராவிட்டாலும் மாலை நாலரை மணிக்கு நான் புறப்பட்டுவிடுவேன்.

காலணிகளை அணிந்துகொண்டு நிமிர்ந்தபோது உன் காலடிச் சத்தம் கேட்டது.

"குட் ஈவினிங்" சிரிப்புடன் முகமன் சொன்னாய். புத்துணர்வின் ஒளியுடன் உன் முகச்சிரிப்பு என்னை ஈர்த்தது. பதில் வணக்கம் சொன்ன ஒரு கணத்துக்குப் பிறகுதான் உன் மீதான காலை நேரத்து கோபம் எனக்கு நினைவுக்கு வந்தது. தோளில் அவரைப் போலவே காக்கி நிறத்தில் கேமரா பை.

"என்ன வந்த வேலைய ஆரம்பிச்சாச்சு போல." எனக்கு ஏன் அத்தனை எரிச்சல் என்று தெரியவில்லை.

"ஆமா. நல்ல கிளைமேட். காலைலே மழை வேறயா. பட்டாம் பூச்சிகளுக்கும் எனக்கும் கொண்டாட்டம். உற்சாகமா இருக்கு. சாரோட லேபுக்கு போயிருந்தேன். அற்புதம். மனுஷன் பட்டாம் பூச்சியாவே மாறிட்டார் போல. அத்தனை கலெக்ஷன். ஜீனியஸ். அவர் இருந்தா இன்னும் நல்லா இருக்கும்."

உற்சாகத்துடன் நீ பேசியவாறிருந்தாய். எனக்கு எரிச்சல் மேலோங்கிக்கொண்டே இருந்தது.

"குட். தொழில் பக்தி, குரு பக்தி ரெண்டும் உண்டுபோல. இப்ப என்ன இந்தப் பக்கம்?"

"சாயங்கால நேரம். மஞ்சள் வெயில் வரும். பட்டாம்பூச்சிகள் படையெடுக்கும். நான் படமெடுக்கலான்னுதான். இந்தப் பக்கமா உங்க வீட்டுக்குப் பின்னால கொஞ்ச தூரம் நடந்துபோனா அலையலையா வருமாமே. சார் சொல்லிருக்கார்." உன் கண்கள் அப்போதே பட்டாம்பூச்சிகளின் அலையைத் துழாவின.

"சார் சொன்னா சரியாத்தான் இருக்கும். நீங்க இப்படியே நடந்து போகலாம்." ஒரு திசைகாட்டி போல நான் கைநீட்டிச் சொன்னேன். நான் அப்படிச் சொன்னதில் நீ சற்றே ஆச்சரியத்துடன் நின்றாய்.

"தப்பா நெனக்காதீங்க. எனக்கு இந்த எடம் புதுசுன்னு உங்களுக்குத் தெரியும். உங்களுக்கு வேற எதும் முக்கியமா வேலை

இல்லைன்னா எனக்கு கொஞ்சம் வழிகாட்ட முடியுமா?'' நீ கெஞ்சியபோது உன் பெண்மையின் சாயல் கூடியிருந்தது. ஆனாலும் உனக்கு தைரியம்தான். மறுத்துவிடவேண்டும் என்றுதான் நினைத்தேன். அந்தக் கணத்தில் உள்மனம் என் விருப்பத்திற்கெதிராகத் திரும்பிவிட்டதை வியப்புடன் உணர்ந்து உன்னுடன் நடந்தேன்.

நான் சம்மதித்ததில் உனக்கு சந்தோஷம். ஜீன்ஸின் முழங்கால் பையில் செருகியிருந்த அடர்பச்சை நிறத் தொப்பியை அணிந்து கொண்டாய். வெளிர்மஞ்சள் சட்டையின் காலரின் இடது பக்க நுனியில் பூ வேலைப்பாட்டில் ஒரு பாண்டா உருவம். உன் தொப்பியின் முன்பக்கத்திலும் அதே பாண்டா கரடி.

கூரிய மஞ்சள் வெயிலில் தீக்கொன்றைகள் தணல் சிவப்புடன் அசைந்தன. மண்பாதையில் சிதறிக் கிடந்த கூழாங்கற்கள் இன்னும் மழையின் ஈரத்தைத் தேக்கி வைத்திருந்தன.

வீட்டிற்குப் பின்னால் வனக் கல்லூரி மைதானத்திற்கு இட்டுச் செல்லும் நீண்ட பாதையில் நடக்கத் தொடங்கினோம். நான்கரை கிலோமீட்டர் தூரம். வாகனங்களைத் தவிர்க்கும்பொருட்டு மண்பாதையாகவே விடப்பட்டுள்ளது. சைக்கிளில் மட்டுமே செல்லலாம். அல்லது நடக்கலாம். இருமருங்கும் அடர்ந்த மரங்கள் நிழலிட்டிருந்தன. புன்னையும் வேம்பும் புளியும் கொன்றைகளும் வரிசை கோர்த்திருந்தன. அங்கங்கே நெட்டி லிங்கங்கள். காற்றலையும் நேரங்களில் மரங்கள் உதிர்த்த இலைகள் இங்குமங்குமாய் புரளும் ஓசை கடற்கரை அலைகளின் இரைச்சல்களை ஒத்திருக்கும். பாதி தூரத்தில் அந்தப் பாதை கிழக்கு நோக்கித் திரும்பியது. தோட்டக் கலைக் கல்லூரியின் எல்லையைத் தாண்டியும் அது முருகமலையை நோக்கி நீண்டிருந்தது. பெருமாள் கோவிலுக்கு செல்லும் மலைப்பாதையை இதன்வழியாகச் சென்றடையலாம்.

கிழக்கு நோக்கி அந்தப் பாதை திரும்பியபோது மரங்களின் அடர்த்தியும் தாவர வாசனையும் கூடுதலாயிருந்தது. மெல்லிய சாம்பல் நிறத்திலான புடவை காற்றில் படபடக்க கைகளை மார்பின் குறுக்காகக் கட்டிக்கொண்டு மிக நிதானமாக நடந்துவந்த என்னிடம் நீ கேட்டாய். ''பட்டாம்பூச்சி உலகத்துல உங்களுக்கு ஆர்வம் உண்டா?''

எனக்கு சிரிப்பு வந்தது. உன்னை சீண்டும்படியாக கொஞ்சம் அதிகப்படியாகவே சிரித்தேன். நெற்றியில் விழுந்த முடிக் கற்றையை ஒதுக்கியபடியே நான் சொன்னேன். ''பட்டாம்

பூச்சின்னா யாருக்குத்தான் புடிக்காது. ஆனா உங்க புரொபஸர கட்டிட்டதுக்கப்பறம் அதுக மேல கொஞ்சம் வெறுப்பு வந்துருச்சு.''

என்னுடைய பதிலை நீ ரசிக்கவில்லை என்பதுபோல மறையும் அந்தி வெளிச்சத்தின் பொன்னிறக் கோடுகளை விளிம்புகளில் ஏந்திய மேகங்களைத் தலையுயர்த்திப் பார்த்தபடி நடந்தாய்.

பட்டாம்பூச்சிகள் ஒவ்வொன்றும்
தேவதைகளின் சிறகுகள் போலும்.
பட்டாம்பூச்சிகள் ஒவ்வொன்றும்
வானவில்லில் இருந்து உதிர்ந்த மடல்கள்.
பட்டாம்பூச்சிகளே பூமியின் ஆசிர்வாதங்கள்.
பட்டாம்பூச்சிகள் இருப்பதால்தான்
பூக்கள் நிறம்கொள்கின்றன.
பட்டாம்பூச்சிகள் இருப்பதால்தான்
தாவரங்கள் தாய்மை அடைகின்றன.
பட்டாம்பூச்சிகள் இல்லாத உலகம்
ஒரு பாலைவனமாகிவிடும்.
பட்டாம்பூச்சிகள் இல்லாமல் உலகம்
ஒரு கருப்பு வெள்ளைப் புகைப்படம் ஆகிவிடும்.

அந்த ஆங்கிலக் கவிதையை மிக நிதானமாகச் சொன்னபடியே நடந்தாய். தொலைவில் வெண்ணிற மேகங்கள் மிதந்திருந்த முருக மலையும் அதன் தொடர்களும் அடர்பச்சை நிறத்தில் ஒளிர்ந்தன. அவ்வளவாய் குளிரவில்லை. பூக்களின் மணம் போலவும் அதோடு மண்ணின் மணம் கலந்ததுபோலவும் காற்றின் வாடை சிலிர்ப்பூட்டுவதாயிருந்தது.

கவிதை சொல்லும்போது உன் முகம் மேலும் மென்மை கொண்டிருந்தது. உன்னோடு ஒட்டிக் கொண்டுவிடவேண்டும் போல ஆவல் மிகுந்தது. அந்த ஒரு பொழுது, ஒரு கணம் இந்த உலகம் மொத்தத்திலும் நாம் இருவர் மட்டுமே, நம் இருவருக்காக மட்டுமே என்பது போன்ற துடிப்பு. பரவசம். உண்மையில் நான் சந்தோஷமாயிருந்த நாளும் பொழுதும் அது என்று இப்போது தோன்றுகிறது.

வண்டிப்பாதை இப்போது இருவர் மட்டுமே நடக்கக்கூடிய குறுகிய பாதையாகி மரக்கிளைகளுக்கு நடுவே இருண்டு நீண்டது. மூங்கில் புதர்கள் அடர்ந்திருந்தன.

''பசுமைகொண்ட மூங்கில் புதர்களைப் பார்க்கவே எனக்குப்

பிடிக்காது, மூங்கில் என்றால் பழுப்புதான், சருகுகளுடன், தெளி வாகத் தெரியும் சிறு முட்களுடன் இருந்தால்தான் அது மூங்கில்'' என்றாய் அப்போது நீ.

''உன்னைமாதிரியே எப்பவும் எல்லாமே நாலு நாள் கழட்டாத ஜீன்ஸும் சட்டையுமா இருந்தாத்தான் புடிக்கும்'' நான் சிரித்த போது நீ உன் கால்சட்டையைப் பார்த்துக்கொண்டு புன்னகைத் தாய். மூங்கில் புதர்களைக் கடக்கும்போதே சலசலத்தோடும் நீரோசை கேட்டது. மழைக் காலத்தில் மட்டுமே நீரோட்டமுள்ள ஒரு காட்டோடை அது. சமயத்தில் தாண்டிச் செல்ல முடியாத அளவு தண்ணீர் பெருக்கெடுத்து வேகம் கொண்டிருக்கும். மூங்கில் புதர்களையும் சாய்த்துச் சென்றுவிடக்கூடிய அளவு வெள்ளம் பாய்ந்ததுண்டு.

ஓடையைத் தாண்டிச் செல்வதற்காக அமைக்கப்பட்டிருந்த அந்த அழகான மூங்கில் பாலத்தைக் கண்டதும் நீ உற்சாகம் கொண்டாய். சற்றே மேல் நோக்கி வளைந்தாற்போல, இருபுறமும் இடுப்பளவு உயரத்தில் கைப்பிடிகள் அமைந்த சிறிய பாலம். மழைநீர் செம்மண் குழம்பாகப் புரண்டோடியது. ஓடையின் மறுபக்கத்தில் பெரிய அரச மரம். கற்களில் அழகான சுற்றுமேடை. சற்றே பின் தள்ளி பிரிட்டிஷ் காலத்து விருந்தினர் மாளிகை. காவிச் சிவப்பில் சரிந்த கூரைகளும், கண்ணாடி ஜன்னல்களும், அழகிய மர வேலைப்பாடுகளுமாய் கம்பீரமாக நின்றது. உன் கைகள் அனிச்சையாக கேமிராவை தொட்டிருந்தது. இளமஞ்சளாய் உருகி வடிந்த வெயிலில் மழை குளித்த மரங்களும் மூங்கில் பாலமும் சிவந்தோடும் நீரும் ஓங்கிய அரச மரமும் அதன் பின்னால் நின்ற புராதன கட்டிடமும் உனக்குள் ஓவியங்களைத் தீட்டிவிட்டிருக்கும் மாயம் தெரிந்தது.

கேமிராவுடனான தனிமையில் தொலைந்துவிட்ட உன்னைப் பார்த்தபடியே நான் மஞ்சணத்தி மரத்திற்குக் கீழேயிருந்த சிமெண்ட் பெஞ்சில் உட்கார்ந்திருந்தேன். மஞ்சள் புள்ளிகளுடன் ரயில் பூச்சி நிதானமாக தரையில் ஊர்ந்திருந்தது. மஞ்சணத்திப் பூக்களும் மரமல்லிகளும் தரையில் உதிர்ந்து கிடந்தன. பார்வை யைத் திருப்பி உன்னிலிருந்த என் கவனத்தைத் திருப்பிவிட வேண்டும் என்று நானும் முயற்சி செய்தேன். கண்ணில் பட்ட மரங்களின் பெயர்களை, பூக்களின் பெயர்களை நினைவுபடுத்திப் பார்த்தேன். தலை சாய்த்தும், முழங்காலிட்டபடி சரிந்தும் வெவ்வேறு கோணங்களில் மூங்கில் பாலத்தையும் பிரிட்டிஷ் கட்டடத்தையும் படமெடுத்துக் கொண்டிருந்த உன்னிலிருந்து என்

கண்கள் விலகவேயில்லை.

அரை மணி நேரத்துக்கும் மேலாக இருக்கும். எனக்கு ஏனோ சலிப்பில்லை. காத்திருக்கும் அலுப்புமில்லை. இதுவே உன்னுடைய புரொபஸருடன் வெளியே வந்து ஐந்து நிமிடங்கள் என்னைக் காக்க வைத்துவிட்டு அவர் காரியத்தில் கவனமாயிருந்தால் நான் பாட்டுக்கு நடந்து போய்க்கொண்டே இருந்திருப்பேன்.

"மேடம்" என்று நீ அழைப்பது கேட்டது. சில கணங்கள் நீ என்னைத்தான் கூப்பிடுகிறாய் என்றே எனக்கு உறைக்கவில்லை. கையசைத்து அழைத்தாய். பாலத்தின் அருகில் நின்றிருந்தாய். என்னைத்தான் நீ வரச் சொல்கிறாய் என்றதும், ஏனோ வெட்கமும் அவசரமும் எனக்குள். இயல்பாக அவசரமின்றி நடக்கவேண்டும் என்று எண்ணிக்கொண்டே அதற்கு மாறாக நான் ஓடிவந்தேன் உன்னிடத்தில்.

காக்க வைத்ததற்காக மன்னிப்பு கேட்ட நீ என்னைப் பாலத்தின் மீது நிற்கச் சொன்னாய். அரசமரமும் சிவப்புக் கட்டடமும் பின்னணியில் அமைந்திருக்க, சாம்பல் நிறப் புடவையுடன் கூந்தலிழைகள் இடது காதோரம் சற்றே காற்றில் எழும்பிப் பறக்க பாலத்தின் மீது இடதுகையை வைத்தபடி நான் நின்றிருக்கும் அந்தப் படத்தை எத்தனை முறை நான் பார்த்து ரசித்திருப்பேன்.

உனக்கு நினைவிருக்கக்கூடும். "நான் அழகா இருக்கறதா மத்தவங்க சொல்லுவாங்க. இந்தப் படத்துல என்னையே நான் பாத்த பிறகுதான் நான் அழகுதான்னு தெரிஞ்சுது."

வெவ்வேறு கோணங்களில் ஏதேதோ பின்னணியில் என்னை நிறையப் படங்களை எடுத்தாய். மறுப்பேதுமின்றி நீ சொன்ன வண்ணமெல்லாம் நான் நின்றேன், சிரித்தேன், தலைசாய்த்தேன், நடந்தேன், அமர்ந்தேன். ஒரு பதுமை போல, உன் கை நூலில் ஆடும் பாவைபோல இருந்த அந்தப் பொழுதுகளை இப்போது அந்தப் படங்களின் வழியாக நான் மீண்டும் மீட்டுக்கொள்ளும் போது வியப்பாகவும் வெட்கமாகவும்கூட இருக்கும். நீரோடையில் குனிந்து நான் முகம் பார்ப்பதுபோல ஒரு காட்சியை எடுக்க முனையும்போதுதான் நான் கேட்டேன். "பட்டாம்பூச்சியைப் படமெடுப்பதற்காகத்தானே நீ வந்தாய்?"

ஒரு கணம் உன் முகத்தில் சின்னத் தடுமாற்றம். சட்டென்று சுதாரித்துக்கொண்டு சொன்னாய் "அதைத்தானே செய்துகொண்டிருக்கிறேன்." ஒரு குறும்புச் சிரிப்பு உன் உதடுகளில். நிகோடின் கறையில்லாத, செம்மையாய்த் திரண்ட உதடுகள்.

அதே நேரத்தில் மெல்லிய காற்று மூங்கில் புதர்களை அசைத்தபடி கடந்து செல்ல, பட்டாம்பூச்சிகளின் முதல் அலை படபடத்து நகர்ந்ததை நீ பார்த்துவிட்டாய். விரல்கள் தந்திகளில் ஊர்வதைப் போன்ற ஜாலத்துடன் அவை சிறகசைத்து மிதந்தன. ஒன்றன் பின் ஒன்றாய், அலை அலையாய் வண்ணங்கள் சிறகசைந்து தொடர்ந்தன. நீ பாலத்தின் மீது நின்றபடி அந்த அலைகளைப் படம் பிடித்துக்கொண்டிருந்தாய். உன் முகத்திலிருந்த பரவசத்தைக் கண்கொட்டாது பார்த்துக் கொண்டேயிருந்தேன். உன் உதடுகள் மந்திரம்போல் என்னென்னவோ பிதற்றியவாறிருந்தன. விரல்கள் காமிராவின் விசையை ஓயாது சொடுக்கிக் கொண்டேயிருந்தன. அந்த இதமான அலை வேளையில், அற்புதமான அந்திப் பொழுதில் உன்னை நான் ரசிக்கத் தொடங்கியிருந்தேன். இதை இப்போது உணரும்போதும் என் கன்னம் சிவந்து துடிக்கிறது, நண்பனே.

பட்டாம்பூச்சிகளின் அலை ஓய்ந்த பிறகும் நீ அங்கிருந்து விலகவில்லை. இன்னும் அவை வரக்கூடும் என்பதுபோல காத்திருந்தாய். இதற்கு முன்பொரு சந்தர்ப்பத்தில் வண்ணத்துப்பூச்சிகளின் அலைகளை நான் கண்டதுண்டு. அவை என்ன வகையான பட்டாம்பூச்சிகள், எந்த மாதிரி பூக்களைத் தேர்ந்தெடுத்து தேன் உண்ணும், அவற்றின் ஆயுட்காலம் எவ்வளவு என்றெல்லாம் புரொபஸர் எனக்கு ஆர்வத்துடன் சொல்லிக்கொண்டிருந்தார். ஒரு ஆராய்ச்சி மாணவியிடத்தில் தன் அறிவையெல்லாம் கொட்டும் பேராசிரியத்தனம்தான் அதில் இருந்தது. ஆசை மனைவியிடத்தில் அந்திப் பொழுதில் உரையாடுகிற கிறக்கமோ கவிதை குணமோ இல்லாதிருந்தது.

இருள் அடரத் தொடங்கிய பிறகு நீ விடுதிக்குத் திரும்பலாம் என்று காமிராவை பத்திரப்படுத்திக்கொண்டு சொன்னாய். இன்னும் உன் முகத்தில் பரவசத்தின் மிச்சமும், அந்த இசைச் சரடு சீக்கிரத்திலேயே முடிந்துபோனதன் மெல்லிய வருத்தமும் இருந்தன. கொஞ்ச தூரம் நடக்கத் தொடங்கிய பிறகு பட்டாம்பூச்சிகளைப் பற்றி நீயும் பேசினாய்.

இந்தப் பட்டாம்பூச்சிகள் COMMON CROW என்ற இனத்தைச் சேர்ந்தவை. ஆசிய நாடுகள் பலவற்றிலும் காணமுடியும். பளபளக்கும் அடர்பழுப்பு நிற மடல்கள். விளிம்பில் பாத்தி கட்டினாற்போல அழகிய வெள்ளைப் புள்ளிகள். நல்ல வெயிலில் பறக்கும்போது தீப்பிழம்பின் நுனி நிறம்போல சுடர்ந்திருக்கும். இப்படிக் கூட்டம் கூட்டமாக அவை இடம் மாறிச் செல்வதற்கு

முன்னும் பின்னும் ஏதேனும் ஒரு இடத்தில் கூடி அமர்ந்திருக்கும் பழக்கம் உள்ளவை. அகலமான இதழ்களைக் கொண்ட பூக்களை நாடிச் செல்லும் குணம் .

நீ சொன்ன தகவல்களை நான் பொருட்படுத்தவேயில்லை. என் ஓரக்கண்ணால் உன் உடலசைவுகளை கவனித்தபடியே நடந்தேன். அங்கங்கே நாம் இருவரும் சற்றே ஒட்டிக் கொண்டும் நடந்தோம். இரண்டு தடவைகள் நீர்த்தடங்களைக் கடக்க நேரிட்டபோது என் விரல்களைப் பற்றிக்கொண்டு தாண்ட வைத்தாய். உன் கைகளின் மென்மை என் விரல்களில் மருதாணி போல ஒட்டிக்கொண்டது. உன் தோளோடு உரசிக்கொண்ட சில நொடிகளில் நான் நடுங்கிப் போனேன். பொழுது சட்டென இருட்டிப்போனது.

எங்கோ தொலைவில் நின்ற குழல்விளக்குகளின் ஒளி பாதை யில் தயங்கி மங்கலாய் விழுந்தது. உன் பையிலிருந்து பெரிய டார்ச் லைட்டை எடுத்துக் கொண்டாய்.

இருட்டென்பதாலோ குளிர் என்பதாலோ நான் உன்னோடு ஒட்டிக்கொண்டே நடந்தேன். ஒரு கணத்தில் என் தோளணைத்துக் கொள்ளமாட்டாயா என்று ஏக்கமாகவும் இருந்தது. ஆனால் நீ பட்டாம்பூச்சிகளின் பாடத்திலிருந்து திரும்பியிருக்கவில்லை. ஒருகணம் சீக்கிரத்திலேயே வீட்டுக்குப் போய்விடவேண்டும் என்றும் இன்னொரு பக்கம் இந்தப் பாதை முடிவடையவே கூடாது என்றும் எனக்குள் தவிப்பாயிருந்தது.

ஆனால் நான் தெளிவதற்கு முன்பே நாம் இருவரும் என் வீட்டு வாசலை வந்தடைந்திருந்தோம். குளிர் கூடியிருந்தது. படிகளில் ஏறி நான் வாசற்கதவைத் திறந்து உள்ளே வந்தேன். அப்போதுதான் திரும்பிப் பார்த்தேன். நீ டார்ச் லைட்டை தோள்பையில் வைத்து விட்டு நிமிர்ந்தாய். முகம் எல்லாம் பரவசம். பொற்கணத்தின் அசைவுகளை அள்ளிக்கொண்டு திணறியதுபோலக் கண்களிரண் டும் துடித்திருந்தன. என்னிடம் என்னென்னவோ சொல்ல வேண்டும் என்று நீ திணறுவது போலிருந்தது. கைகள் அசைய உதடுகள் நடுங்க நீ முயன்றாய். வார்த்தைகள் வசப்படாதவனாய்த் திணறினாய். உன் தடுமாற்றங்களை ரசித்தபடியே நானும் அப்படியே நின்றிருந்தேன். நான் சொல்லாமலேயே நீ உள்ளே வந்துவிடுவாய் என்று நினைத்தேனோ தெரியவில்லை.

''இல்லை. என்னால் எதுவும் பேச முடியல. உங்களுக்கு நன்றி சொல்லணுமா? ஐ ஆம் நாட் ஷ்யூர். ஹெவன்லி...'' என்று கண் களில் அந்த கணத்தைத் தேக்கிக் கொண்டவனாய் இருளில் அசையும் கிளைகளைப் பார்த்துவிட்டு ''நீங்க போங்க... நா

ரூமுக்குப் போறேன்'' என்று திரும்பி நடந்தாய்.

அதுவரையிலான பரவசம் மொத்தமும் வடிந்துவிட்டது போலப் பெரும்சோர்வு எனை ஆட்கொண்டது. உறைந்துபோய் அத்தனை நேரத் துள்ளல்களும் வடிந்துவிட செம்மண் பாதையில் நிழல்போல நடந்துசெல்லும் உன்னைப் பார்த்தபடியே நின்றேன். குளிர்காற்று திரைச்சீலைகளில் மோதிச் சுழன்றது. தாளமாட்டாத வளாய் கதவை மோதிச் சாத்திவிட்டு உள்ளே வந்து அப்படியே கிடந்தேன்.

எத்தனை நேரம் என்று தெரியவில்லை. வீடு மொத்தமும் இருட்டில் ஆழ்ந்திருந்தது. கண்ணைத் திறக்கவே பிடிக்கவில்லை. இருளினூடே அசைந்து சென்ற உன் உருவம் எனக்குள் பெரும் உடைப்பை ஏற்படுத்தியிருந்தது. நெஞ்சு வலித்தது. இதுவரை யிலும் அப்படியொரு வலியை நான் அனுபவித்ததில்லை. அழவேண்டும்போல ஆனால் அழ முடியாமல் ஒரு இறுக்கம். நீ வேண்டும் போல, உன்னிடம் பேசிக்கொண்டே இருக்க வேண்டும் போல, உன் அருகாமையை விட்டுக் கொடுக்கவே கூடாது என்பதுபோல, நம் இருவரைத் தவிர வேறு யாருமற்ற தனிமை மட்டுமே வாய்த்திருக்கவேண்டும் என்பதுபோல ஆசை ஆசையாய் இருந்தது. அன்றைய மாலையில் நான் கண்ட உன் முகம், உன் சிரிப்பு, உன் பரவசம், உன் உடலசைவுகள், உள்ளங்கை யின் மென்மை என்று ஒவ்வொன்றாய் எனக்குள் நிறைந்து பெருகி என்னைத் துடிக்க வைத்தன. ஒட்டி நின்றும், நடந்தும் கடந்த சில கணங்களில் நான் முகர்ந்த உன் வாசனையை இப்போது வெகு துல்லியமாய் என்னால் அறிய முடிந்தது. அறிந்த அக்கணத்தில் எனக்குள் ஒரு பெரும் கிறக்கம் பெருகியது. இதோ, இந்த நிமிடத்தில் உன்னைக் கட்டிக்கொள்ளவேண்டும்போல படபடப்பு. பதற்றம். உருண்டேன். புரண்டேன். எழுந்தேன். கதவைத் திறந்துகொண்டு உன் விடுதி அறைக்கு வந்துவிட வேண்டும் என்று ஒருகணம் தீர்மானிப்பதும் மறுகணம் அது சாத்தியம்தானா? சாத்தியம் என்றாலும் அது சரிதானா? என்ற கேள்வியும் எனைத் தடுத்து நிறுத்தின.

செல்போன் ஒளிர்ந்து ஒலித்தது. இருளினூடே அதன் நீல ஒளியும் அழைப்பொலியும் எனக்கு இடையூறாகத்தான் இருந்தன. ஆனால் விடாமல் ஒலித்தது. புரொபஸர்தான். என்னவோ சொன்னார். என்னவோ பேசினேன். ஆனால் பேசி முடித்தபிறகு என் தடுமாற்றங்கள் குறைந்திருந்தன.

அறை விளக்குகளைப் போட்டேன். உணவு மேசையின்

மீதிருந்த தண்ணீர் ஜாடியிலிருந்து ஒரு கண்ணாடிக் குவளை நிறைய தண்ணீரை நிறைத்துக்கொண்டு முன்னறை ஊஞ்சலில் வந்து உட்கார்ந்தேன். நிதானமாக, வெகுநிதானமாக ஒவ்வொரு துளியாய்ப் பருகினேன். சலனங்கள் மட்டுப்பட்டன. நான் நிதானமடையத் தொடங்கினேன்.

என்ன இது முட்டாள்தனம்? என்று என்னையே நான் நொந்து கொண்டேன். யார் இவன்? இன்றைக்குத்தான், அதுவும் ஒருசில மணி நேரந்தான் அறிமுகம். மற்றபடி இவனைப் பற்றி எனக்கென்ன தெரியும்? ஊரென்ன, பேரென்ன, குணமென்ன... எதுவும் தெரியாமல் எப்படி மனம் இப்படியொரு தாவலுக்கு ஆசைப்படுகிறது? காதலா? காமமா? சீ... என்ன ஒரு மடத்தனம்?

ஒரு கணத்தில் சிரிப்பு எனக்குள் பீரிட்டெழுந்தது. வாய்விட்டு சிரித்தேன். சிரித்துக் கொண்டேயிருந்தேன். பூரணியும் சித்தார்த்தும் அருகில் இருக்கும்போது நான் இப்படி சிரிப்பதுண்டு. பிள்ளைகளுக்கு மேலாக நானும் விளையாடி, கொண்டாடி, ரகளை செய்து, ஜோக்கடித்து சிரிப்பேன். அவர்கள் இல்லாத ஒரு பொழுதில் இன்றைக்குத்தான் இப்படிச் சிரிக்கிறேன்.

உடை மாற்றிக்கொண்டேன். மெல்லிய ரோஜா வண்ணத்திலான இரவு உடை. சமைக்கவேண்டிய தேவை இருக்கவில்லை. மதிய உணவில் மீதம் இருந்தது. பசியுமில்லை. சோற்றைப் பிசையத் தொடங்கிய கணம் மறுபடியும் உன் நினைவு வந்தது. ராத்திரி சாப்பாட்டுக்கு நீ என்ன செய்யப் போகிறாய்? கேள்வியை அப்படியே விட்டுவிட்டு, அவசரமாக விழுங்கிவிட்டு மீதம் வைத்தேன். ஏதோவொரு பயம். எதனிடமிருந்தோ தப்பித்துக் கொள்ளவேண்டும் போலொரு அவசரம். முன்னறை விளக்குகளை அணைத்துவிட்டு, கதவைப் பூட்டிக்கொண்டு கட்டிலுக்கு வந்தேன்.

'உன்னிடத்தில் என்னைக் கொடுத்தேன்... உன்னை உள்ளமெங்கும் அள்ளித் தெளித்தேன்... உறவினில் விளையாடி... பெறும் கனவுகள் பல கோடி..' உதடுகள் தன்னிச்சையாய் பாடிக் கொண்டிருந்தன.

படுக்கை அறையின் கிழக்கு ஜன்னல் திரைச்சீலையை இழுத்துவிடும் நொடிப்பொழுதில் என் கண்கள் உன்னைக் கண்டுகொண்டன. குபீரென்று உள்ளுக்குள் உற்சாகம் பொங்கியது. உன் பெயர் சொல்லி அழைக்கவேண்டும் போலொரு குதூகலம். சட்டென்று திரைச்சீலையை இழுத்து மூடினேன். உடலெங்கும் நடுக்கம். பாதங்களில் வெதுவெதுப்பு. ஒரு கணம்

என் மீதே எனக்கு சந்தேகமாயிருந்தது. உண்மையில் உன்னை நான் பார்த்தேனா? இருக்க முடியாது. மறுபடியும் மெல்ல திரைச் சீலையை லேசாக விலக்கிப் பார்த்தேன்.

என் வீட்டுக்கும் உன் விடுதிக்கும் நடுவில் இருந்த கூடைப்பந்து மைதானத்தில் மாலை நேரத்தில் விவசாயக் கல்லூரி மாணவர் களும் மாணவிகளும் உற்சாகத்துடன் விளையாடிக் கொண் டிருக்கும் சில வேளைகளில், அதன் பக்கவாட்டில் பார்வையாளர் படிக்கட்டில் நான் இருந்து வேடிக்கை பார்த்ததுண்டு. அந்தப் படிக்கட்டின் மேல்படியில் நீ அமர்ந்திருந்தாய். மடியில் எதையோ வைத்து எழுதிக்கொண்டிருந்தாய். டைரியா? அன்றைய குறிப்பு களா? இல்லை, என்னைப் பற்றி உன் எண்ணங்களை எழுது கிறாயா? பின்னாட்களில் நீ எனக்காக எழுதிய சில கடிதங்கள் இன்னும் என் புடவைகளுக்குள் இளைப்பாறிக் கிடக்கின்றன. அப்போதும் நீ எனக்காக ஒரு கடிதம் எழுதக்கூடுமோ? என்றொரு சிறிய எதிர்பார்ப்பும் இருந்தது. விளையாடும்போது மாலையில் பொருத்துகிற சோடியம் வேப்பரை விடிகிறவரை இந்த மைதானத்தில் எரிய விட்டுவிடுவார்கள், சில நாட்களில். அன்றும் அந்த மஞ்சள் வெளிச்சம் மைதானத்தில் விளையாடிக் கிடந்தது.

மீண்டும் எனக்குள் அந்தச் சிறகடிப்பு. சற்று முன்பான தெளிவு கள் அத்தனையும் அபத்தம் என்பதுபோல என்னை முட்டித் தள்ளியது. நிலைக்கண்ணாடி முன்பாக நின்று அவசரமாய் கூந்தலை அள்ளிக் குதிரைவால் கொண்டையிட்டுக் கொண்டேன். முகத்துக்கான கிரீமை ஒரு துளி எடுத்து பூசிக் கொண்டேன். ‘ஃபாரஸ்ட் ஃபிளவரை’ எடுத்து லேசாக முன்னும் பின்னுமாகத் தெளித்தேன். என்னால் கண்ணாடியில் என் முகத்தைப் பார்க்கவே முடியவில்லை. வெட்கமாக இருந்தது. கன்னங்கள் மின்னியிருந் தன. உதடுகள் ஈர மென்மையில் பளிச்சிட்டன.

கதவைப் பூட்டிக்கொண்டு வெளியே வந்தேன். முன்வாசலில் பன்னீர்ப் பூக்கள் விண்மீன்களாய் உதிர்ந்து கிடந்தன. அதன் வாசனை எனக்குள்ளிருந்த படபடப்பை மேலும் கூட்டியது. மெதுவாக நடக்கவேண்டும் என்று எத்தனை கட்டுப்படுத்திக் கொண்டும், நான் கிட்டத்தட்ட துள்ளி ஓடிவந்தேன். வெகு இயல்பாக அந்த மைதானத்துக்கு இரவு நடைபோல வந்ததாக உன்னிடம் சொல்ல வேண்டும், உன்னை அங்கே பார்த்ததும் ஆச்சரியம் கொண்டு அது தற்செயலான சந்திப்பு போல உரையாட வேண்டும் என்றெல்லாம் எனக்குள் திட்டங்கள். என் படபடப்பை மட்டுப்படுத்தியபடியே கம்பி வேலியிட்ட மைதான எல்லைக்குள்

நுழைந்த கணத்தில் மீண்டும் எனக்குள் ஒரு அச்சம்.

திரும்பிவிடலாமா என்று மனம் தடுமாறியது. பரந்த அந்த மைதானத்தின் மஞ்சள் வெளிச்சத்தில், அடர்பழுப்பு ஸ்வெட்டரும், இளம் பழுப்பு நைட்பேண்டும் அணிந்திருந்த நீ என்னை கவனித்திருக்கக்கூடும். இன்னும் நான் அதே இடத்தில்தான் நின்றிருந்தேன். நீ காலரி அடுக்குகளில் தாவி இறங்கி வந்தாய்.

''என்னது... இந்த நேரத்துல...'' உன்னிடம் ஆச்சரியம் எதுவும் இல்லை. மிக இயல்பாகவே கேட்டாய்.

''சும்மாதான்... இந் நேரத்துல தூங்க முடியல. பொழுதும் போகல. கொஞ்சம் நடக்கலாமேன்னு வந்தேன். பாத்தா நீங்க உக்காந்திருந்தீங்க. சரி, திரும்பிரலாம்னு பார்த்தேன். அதுக்குள்ள நீங்க என்ன பாத்துட்டீங்க போல.''

இந்த ஒரு வாக்கியத்தை நான் மீண்டும் மீண்டும் யோசித்துப் பார்த்திருக்கிறேன், பல முறை. இதற்கு முன்பு உன்னிடம் உரையாடும்போது இருந்த ஒரு துடுக்குத்தனமோ தன்னியல்போ இன்றி வெட்கமும் தயக்கமுமாக, எனக்கு இதற்கு முன்பு வாய்த்திராத ஒரு பெண்மைச் சாயலுடன் மென்மையுடன் அந்த வாக்கியம் அமைந்திருந்தது.

அதன் பிறகு நீ சொன்ன ஒற்றை வாக்கியம்தான், ஏற்கெனவே ஒடிந்து விழும் நிலையிலிருந்த என்னை முற்றிலுமாக வீழ்த்தியது. காதலின் மேன்மையான கணத்தில் எளிய சொற்களுக்கும் கூட அபாரமான வசீகரமும் போதையும் வாய்த்துவிடுகின்றன போலும்.

''யூ ஆர் லுக்கிங் ப்ரெட்டி.'' அமெரிக்க உச்சரிப்புடன் 'ட்' அமுங்கியிருந்தது.

அப்போது நான் வெட்கப்பட்டிருக்கவேண்டும். தடுமாறியிருக்கவேண்டும். தள்ளாடியிருக்கவேண்டும். என்ன நடந்தது என்றே எனக்கு தெரியவில்லை. உலகின் அனைத்து இயக்கங்களும் உன் சொற்களைத் திரும்பத் திரும்ப எனக்குள் பல்வேறு அலைவரிசைகளில் எதிரொலிக்கச் செய்திருந்தன. மஞ்சள் ஒளியில் திளைத்த மைதானம், விளிம்புகளின் புல்வெளி, யாருமற்ற இருக்கைகள், வெள்ளிகள் முளைக்கத் தொடங்கிய வானம், கூரான குளிர்காற்று எல்லாமே ஒன்றாகிப் பெரும் இருளாகவோ அல்லது பாயும் ஒளியாகவோ சுழன்றது.

என்னை மீண்டும் உன் சொற்கள்தான் கலைத்து அழைத்தன.

"சாரி. தோணிச்சு... சட்டுன்னு சொல்லிட்டேன். தப்பா நெனச்சுக்காதீங்க."

இப்போது நான் சிரித்தேன். மீண்டும் உன்னை சீண்டிப் பார்க்கவேண்டும் என்ற பேராவல் எனக்குள். "அதெப்படி... அழகா இருக்கேன்னு சொல்லிட்டு... இப்ப மழுப்பறது. அப்ப நா அழகா இல்லியா?"

"அழகுதான். ஆனா நான் அப்பிடி சட்டுன்னு சொல்லியிருக்கக் கூடாதில்லையா... அதத்தான் நான் சொன்னேன்."

"சொல்லலாம். தப்பில்லை" நான் அழுத்தமாக சொல்லிவிட்டு உன் கண்களைப் பார்த்தேன்.

நீ ஒருகணம் பின்வாங்கியதுபோலத் தெரிந்தது. சட்டென்று சுதாரித்து மீண்டும் எப்போதும் போல அழகாக புன்னகைத்தாய். அந்தச் சிரிப்புக்கே ஆயிரம் முத்தங்களை அள்ளித் தரலாம். கள்ளன், புன்னகைத்து என் மனதை புண்ணாக்கிப் போன கள்ளன். காற்றில் கலந்த என் முத்தங்களின் ஈரத்தில் வாசலில் நிற்கும் பன்னீர் மரம் இப்போதெல்லாம் முத்தங்களாகத்தான் பூக்கின்றது என்றால் நீ நம்புவாயா?

"என்னால் இன்னிக்கு தூங்க முடியும்னு தோணலை. சாயங் காலத்துலேர்ந்து மனசெல்லாம் அப்பிடியே பரபரத்து கெடக்குது. அதான் இங்க வந்துட்டேன். பட்டாம்பூச்சிகள் இதுமாதிரி மைக்ரேட் ஆகறத நெறையப் பாத்துட்டேன். மேற்கு மலையில, முக்குருத்தில, சைலண்ட் வேலில, அப்பறம் ஆப்பிரிக்கக் காடுகள்ல நெறையப் பாத்துருக்கேன். நெறைய எழுதிருக்கேன். ஆனா இன்னிக்கு பட்டாம்பூச்சிகளோட சேத்து வேற ஏதோ ஒரு விஷயம் என்னை ரொம்ப டிஸ்டர்ப் பண்ணிருக்கு. அற்புதமான இந்த மலையோட பின்னணியா, மழைக்கால கிளைமேட்டா, அசைஞ்ச மூங்கில் புதர்களா, அந்த காட்டோடையும் அதுக்கு மேல கச்சிதமா நின்ன மூங்கில் பாலமா, அந்த பிரிட்டிஷ் கட்டடமா... வேற எதுவுமா? தெரியலை. ஆனா எனக்குள்ள பெருசா ஒரு காயத்தை கொடுத்துருச்சு. வலிக்க வலிக்க ருசிக்குது. ஆறவே கூடாதுங்கற மாதிரி வலி கொறையவே கூடாதுங்கற மாதிரி ஒரு காயம்." நீ பேசிக்கொண்டே நடந்தாய். சாமர்த்திய சாலிதான் நீ. எதையெல்லாம் விஸ்தாரமாக சொல்லவேண்டும், எந்த ஒன்றைச் சொல்லவே கூடாது என்பதில் தேர்ந்தவன்தான் நீ.

"வேற எதுவுமா?" என்று நீ சொல்லாமல் விட்ட அந்த ஒன்றை என்னவென்று நான் வெட்கம்கெட்டுப் போய் கேட்கவேண்டும்,

இல்லையா?

சற்றே கோபத்துடன் நான் ''வேற என்ன? அந்தக் கிழட்டு அரசமரம், உடைஞ்ச சிமெண்டு பெஞ்சு, செம்பழுப்பாப் போன மழைத்தண்ணி.. அதுல மெதந்து போன குப்பையும் கூளமும், ஒடஞ்சு கெடந்த பிளாஸ்டிக் பக்கெட்.. எதாச்சும் ஒண்ணா இருக்கும். ரூம்ல போயி நல்லாப் படுத்துக்கிட்டு யோசிச்சா என்னன்னு தெரிஞ்சுரும்.'' என்றேன்.

நீ சிரித்தாய். என் கோபத்தை வெகுவாக ரசிப்பவன்போல சிரித்துக்கொண்டே இருந்தாய்.

''இப்ப என்னாயிடுச்சுன்னு இப்பிடி நீ கெக்கபிக்கேன்னு சிரிக்கற?'' உன்னை நான் அந்த கணத்தில்தான் ஒருமையில் அழைக்கத் தொடங்கியிருந்தேன்.

''அப்பா, என்ன கோபம்? அப்பிடியே பொசுக்கிருவீங்க போல.''

''கோபமா? எனக்கென்ன கோபம்? எதோ ஒரு பட்டாம்பூச்சி பைத்தியம் ஒளறிக் கொட்டினா நா எதுக்கு கோவிச்சிக்கணும்? கற்பனைதான்.''

பேசிக்கொண்டே வீட்டு வாசலுக்கு வந்துவிட்டோம். நான் நிற்கவோ தயங்கவோ இல்லை. கதவைத் திறந்துகொண்டு உள்ளே வந்துவிட்டேன். வாசற்கதவருகில் வந்து நின்ற நீ உள்ளே வரத் தயங்கியவன்போல என்னைப் பார்த்தாய்.

''இப்பவே போயி அந்த ஒரு காரணத்தை கண்டுபிடிக்கணும்னா, உள்ள வராமப் போயிரு. இல்ல, பரவால்லேன்னா உள்ள வா.''

நீ காலணிகளைக் கழற்றிவிட்டு உள்ளே வந்தாய். ஒருமுறை சுற்றிலும் பார்த்தாய். தலையைக் கோதியபடியே சோபாவின் ஒற்றை இருக்கையில் சரிந்து உட்கார்ந்தாய். மணி அப்போது எட்டு ஐந்து. முன்கதவைச் சாத்தினேன்.

''சாப்பிட்டாச்சா... இல்ல பட்டாம்பூச்சி பாத்ததுலே பசியும் மறந்துருச்சா?''

இன்னும் எனக்கு கோபத்தின் மிச்சம் இருந்தது. நீ சாப்பிட்டிருக்க வாய்ப்பில்லை என்றெனக்கு நன்றாகவே தெரியும். விடுதியின் சமையல் கூடத்திலிருந்து இரவு சாப்பாட்டுக்கு ஆள் வந்திருந்த சமயத்தில் நீ அறையில் இல்லை. அவனும் கேட்டால் பார்த்துக் கொள்ளலாம் என்று டி.வி பார்க்க உட்கார்ந்திருப்பான்.

''பசி மறக்கலை. சாப்பிடவும் இல்லை. தோணலை. எங்கள மாதிரி ஆளுங்க இப்பிடிக் காட்டுக்குள்ள போகும்போது வேளா வேளைக்கு வாய்க்கு ருசியாத் திங்க முடியாது. அதான் உங்க புரொபஸர் சொல்லிருப்பாரில்லை. எதாச்சும் கெடச்சா சரி, இல்லியா அப்பறமா கெடைக்கும்போது பாக்கலாம். அப்பிடித் தான். மூளைக்கோ மனசுக்கோ வேலையில்லைன்னாதான் வயிறுன்னு ஒண்ணு இருக்கறது நெனப்பு வரும்.''

நீ பேசும்போது எனக்கு புரொபஸரின் உணவுக்கொள்கைதான் நினைவு வந்தது. 'வயித்துக்கு முக்கியத்துவம் கொடுத்தா மூளை மழுங்கிப் போகும். நம்ம வேலையத் தொந்தரவு செய்யாத மாதிரி எதாச்சும் ஒண்ணு அப்ப அப்ப உள்ள போனாப் போதும்.'

''இந்த வியாக்கியானமெல்லாம் வேண்டாம். இப்ப எதும் வேணுமா? இல்லியா? கொஞ்சம் தெளிவா சுருக்கமா சொன்னாப் பரவாயில்ல.'' அதட்டல், எரிச்சல், கோபம் எல்லாம் கலந்து கொஞ்சம் கத்தினேன். எழுந்து வந்து லேசான தாடியுடனான உன் கன்னங்களைப் பிடித்துக் கிள்ளவேண்டும் போலிருந்தது.

''ஓகே... ஓகே... பெருசா பசியில்ல. பழம் எதுவும் இருந்தா போதும். கொஞ்சம் பால். முடிஞ்சா சூடா... கொஞ்சம் மிளகும் மஞ்சளும் கலந்து.'' இப்போது நீ இயல்பாக உட்கார்ந்திருந்தாய். நம் இருவருக்குள்ளான தயக்கங்களும் பழக்கமின்மையும் விலகிய ஒரு பொழுது. நான் உன்னைச் சொற்களால் சீண்டுவதும் நீ என்னிடம் சரணடைந்ததுபோல் சிரிப்பதுமாய் திரை விலகி உன்னை நானும் என்னை நானும் நெருங்கத் தொடங்கிய தெவிட்டாத கணங்கள்.

ஆப்பிள் துண்டுகளையும் சப்போட்டாக்களையும் தட்டில் நிறைத்து மேசையில் வைத்தேன். சப்போட்டாக்களின் கருப்பு விதைகளை நீக்கிவிட்டு, தோலுடன் அப்படியே வாய்க்குள் போட்டுக்கொண்டாய்.

''தோலோட சப்போட்டாவ சாப்பிட்டா மண்ணுமாதிரியில்ல இருக்கும்'' சமையலறையில் பாலைக் கொதிக்க வைத்தபடியே கேட்டேன்.

''எனக்கு அப்பிடித்தான் பிடிக்கும். சப்போட்டாவோட அசட்டு தித்திப்புக்கு அதோடு தோல்தான் பேலன்ஸ் பண்ணும்.''

காரியமாக பழங்களைத் தின்றுகொண்டிருந்த உன் பசியைக் கண்டு எனக்கு சிரிப்பு வந்தது. கொதிக்கக் கொதிக்க பாலைக் கொண்டுவந்தேன். அது ஆறுகிற வரையிலும் உன்னை இருத்தி

வைக்கலாம் என்றொரு காரணம்தான்.

''உங்க புரொபஸர் போன் பண்ணினாரு, நீங்க வந்துட்டீங்களான்னு கேட்டார். எந்தக் கொறையுமில்லாம கவனிச்சுக்க சொன்னார்.'' கடைசி வார்த்தைகளை வேண்டுமென்றே அழுத்தமாகச் சொல்லிவிட்டு உன் கண்களுக்குள் ஆழமாகப் பார்த்தேன்.

''ஆமா. எனக்கும் போன் பண்ணினார். விசாரிச்சார். சொல்ல மறந்துட்டேன். வரதுக்கு ஒருநாள் லேட்டானாலும் ஆகும்னு சொன்னாரே.''

என்னிடத்திலும் அவர் அதைச் சொல்லியிருக்கக்கூடும். ஆனால் அப்போதிருந்த மனநிலையில் எதையும் நான் உள்வாங்கிக் கொள்ளவேயில்லை. சொன்னபடி அவர் வர முடியாது போகலாம் என்று நீ சொன்னதில் நான் சந்தோஷம் கொண்டிருந்தேன். பூரணியும் சித்தார்த்தும் இந்த வார இறுதியில்தான் வருவார்கள்.

''சாரைப் பாத்துட்டுதான் போகணும்னு இருந்தேன். அவர் வர லேட்டாகும்னா என்ன செய்யறதுன்னு யோசனையா இருக்கு.'' இதை நீ வேண்டுமென்றுதான் சொல்லியிருக்கவேண்டும். எனக்குக் கோபம் வரக்கூடும் என்று என் கண்களைப் பார்த்தபடியே சொன்னாய்.

''கௌம்பு. உன்னோட புரொபஸர் வந்துட்டாரான்னு கேட்டுத் தெரிஞ்சுட்டு அப்பறமா வா.'' பால் டம்ளரை கையில் எடுத்துக் கொண்டு வாசலை நோக்கிக் கையை நீட்டியபடியே சொன்னேன்.

''பாலைக் குடுங்க. குடிச்சுட்டு தெம்பா யோசிக்கறேன்'' என்று கைகளை நீட்டினாய்.

சிரித்தேன். வெட்கமில்லாமல் சிரித்தேன். நீ பாலைக் குடித்து முடிக்கும் வரையிலும் ஜன்னல் வழியாகத் தெரிந்த செண்பக மரத்தின் அசைவுகளைப் பார்த்தபடி சிரித்துக்கொண்டே நின்றேன். என்னருகில் வந்து நின்றாய்.

உடலும் மனமும் பதற்றம் கொண்டது. சிரிப்பு உறைந்துபோய் உதடுகள் நடுங்கத் தொடங்கியிருந்தன. வெளியில் அடர்ந்த இருட்டு. கண்ணுக்குத் தெரிந்த வானப் பரப்பெங்கும் நட்சத்திரங்கள் மின்னியிருந்தன. பார்த்துக்கொண்டிருக்கும்போதே வால் வெள்ளியொன்று ஒளிர்ந்திறங்கி மறைந்தது. குழல்விளக்கின் ஒளியில் நீண்ட பாதை சலனமற்றிருந்தது. இருவரும் எதுவுமே பேசாமல் நம் அருகாமையின் துடிப்பையும் வெம்மையையும் அச்சத்துடன் ஆர்வத்துடன் உற்றறிருந்தோம். நான் உன்னைப்

பார்க்கவில்லை. நீயும் என்னைப் பார்க்கவில்லை. ஆனால் நாம் இருவரும் ஒருவரையொருவர் ஆழ்ந்த பார்வையுடன் பருகிக் கொண்டிருந்தோம். இதோ... என்னருகில் நெருங்கி வரப்போ கிறாய், மிக மெதுவாக என் இடது கை விரல்களை உன் பட்டு விரல்களால் பற்றியிழுக்கப் போகிறாய் என்பது போல படபடப் புடன் காத்திருந்தேன்.

வெளியில் கிடந்த இருட்டை வெகுநேரம் இமைக்காது பார்த்துக் கொண்டே சொன்னாய் ''இரவு முடிவற்ற ஒளியின் பாதை.''

அந்த ஒரு வரியில் ஏதோவொரு துக்கம் பீரிட்டது. அதை நீ ஏன் சொன்னாய் என்று என்னால் புரிந்துகொள்ள முடியவில்லை.

''ஒவ்வொரு இரவும் ஒரு அவகாசம்.
அவகாசங்களை நாம் எப்போதும் அனுமதிப்பதில்லை.
ஒவ்வொரு இரவும் ஒரு உரைகல்.
உரைகல்லில் நாம் அடுத்தவர்களையே உரசிப் பார்க்கிறோம்.
ஒவ்வொரு இரவும் ஒரு கண்ணாடி.
கண்ணாடியில் நாம் ஒருபோதும்
நம்மைப் பார்த்துக் கொள்வதில்லை.''

தெளிவாகச் சொல்லிக்கொண்டே நின்றாய். நான் உன்னை மறித்து எதையும் கேட்க வேண்டும் என்று நினைக்கவில்லை.

''இரவு இரண்டு வாசல்களைக் கொண்டது. ஒன்று வாழ்விற் கானது. மற்றது மரணத்துக்கானது. விழித்துக் கொள்பவன் மரணத் துக்கும் தூங்கியே கிடப்பவன் வாழ்விற்கும் திரும்புகிறான்.''

அதற்கு மேல் என்னால் தாங்கமுடியவில்லை. உன் தோள் களைப் பற்றி உலுக்கினேன்.

''ஆனந்த், என்ன ஆச்சு உனக்கு?'' நான் பற்றி உலுக்கியதும் நீதளர்ந்துவிடவில்லை. இருட்டிலிருந்து உன் பார்வையைத் திருப்பிக் கொள்ளவும் இல்லை.

''பயப்படாதீங்க. சும்மா... எப்பவோ நான் படிச்சது. இந்த ராத்திரியில் ஞாபகம் வந்துச்சு'' என்றபடியே மீண்டும் பிரம்பு நாற்காலியில் வந்து உட்கார்ந்தாய். நான் உன்னையே உற்றுப் பார்த்துக்கொண்டு நின்றேன்.

''அடர்ந்த காடுகள்ல எத்தனையோ நாட்கள் தங்கிய அனுபவ மிருக்கு எனக்கு. உண்மையில் காடு உயிரோட்டத்தோட இருக்கறது ராத்திரியிலதான். பகல்லதான் காடு தூங்கும்.''

கானகத்தின் இரவு உன் கண்களில் மின்னியது. நான் உன் எதிரில் அமர்ந்து உன் கண்களையே பார்த்தவாறிருந்தேன். நான் இந்த வீட்டில்கூட இதுபோன்ற ஒரு தனிமையில் இருந்ததில்லை. நேற்றிரவு துணைக்கு வந்திருந்த விடுதிப் பணியாளின் மனைவி இப்போது வந்துவிடக்கூடும். அவள் வராமல் இருக்கவேண்டும் என்று மனதுக்குள் ஒரு பதற்றம் இருந்தது.

தற்செயலாகப் பார்ப்பதுபோல சுவர் கடிகாரத்தைப் பார்த்தாய். மணி ஒன்பதரையை நெருங்கியிருந்தது. எழுந்துகொண்டாய். ''நேரமாயிருச்சு... டேக் கேர். குட் நைட்'' என்று புறப்பட்டாய். நான் எழுந்துகொள்ளவில்லை. உன்னைத் தடுக்கவுமில்லை.

''குட் நைட்'' என்று உற்சாகமில்லாமல் சொல்லிவிட்டு வாசற் கதவருகில் நின்று விடை கொடுத்தேன். கதவைச் சாத்திக்கொள்ள இருந்த நேரத்தில் நீ திரும்பி வந்தாய்.

''தனிமையும் ஒரு காடு தான். ஆரம்பத்துலதான் பயமா இருக்கும். அதுக்கப்பறம் அதுவே நாமாயிடுவோம். காட்டுக் குள்ள போனதுக்கப்பறம் ராத்திரியும் இல்லை, பகலும் இல்லை...''

என்ன இது என்று நான் கேட்பதற்குள் நீ முடிக்காத அந்த வாக்கியத்தின் இறுதிப் பகுதியை அழுத்தமாக ஆனால் ஒரு அசரீரிபோலச் சொன்னாய். ''புரொபஸர் ரொம்ப நல்லவர். அவரும் ஒரு காட்டுவாசிதான்.''

நான் என்ன பதில் சொல்லவேண்டும் என்று தெரியாமல் திணறினேன். கதவைச் சாத்திக் கொண்டபின் கொஞ்சம் ஆறுதலா யிருந்தது. வெகுநேரம் படுக்கையில் புரண்டு கிடந்தேன். பெரும் குழப்பம். என்னை உனக்கு அப்படி அப்பட்டமாக வெளிக்காட்டி விட்ட குழப்பம். நீ அதிபுத்திசாலி. ஒற்றை முடியைப் பார்த்தே அதன் பெண் உருவை வரைந்து காட்டிவிடும் வல்லமை உள்ளவன். நினைக்கும்போது பெருமையாகவும் இருந்தது.

உன்னை செல்பேசியில் அழைக்கலாம் என்று இரண்டு முறை எண்களை ஒத்தினேன். ஆனால் செய்யவில்லை.

ஒருவேளை நீயே அழைக்கக்கூடும் என்றும் காத்திருந்தேன். இரவு நீண்டு கொண்டேயிருந்தது.

★

அதிகாலையில்தான் நான் தூங்கியிருக்கவேண்டும். வேலைக் காரி வந்து வெகுநேரம் அழைப்புமணியை அழுத்திய பிறகுதான்

எழுந்து வந்தேன். லேசான தலைவலி. கண்கள் வெம்மையில் காந்தின. உடல் சுட்டது. மறுபடியும் போய் படுத்துக்கொண்டேன். உன்னைப் பற்றியே யோசிக்கக்கூடாது என்று கண்களை மூடிக் கொண்டு கிடந்தேன். இன்றைக்கு உன்னைச் சந்திக்கவே கூடாது என்று உறுதி கொண்டேன். வெளியில் சென்றுவிடவேண்டும் என்றெண்ணி குளித்து உடை மாற்றிக்கொண்டேன். காரை எடுத்துக்கொண்டு சாலைக்கு வந்தபிறகுதான் எங்கே போவது என்ற கேள்வி வந்தது. வலது பக்கமாக வண்டியைத் திருப்பி னேன். மருதமலைக்குப் போய்வரலாம் என்றெண்ணிக் கொண் டேன்.

அடிவாரத்தில் காரை நிறுத்திவிட்டு படிகளில் ஏறத் தொடங் கினேன். மெல்லிய இதமான குளிர் கூடிய வெயில். மலைத் தொடரின் மடிப்புகளில் சரிந்திறங்கிய வெயிலின் மஞ்சளோடு மின்னிய தாவரப் பச்சை கண்ணுக்கு இதமாக இருந்தது. கரடுமுரடாக செப்பனிடப்படாத படிகள். அங்கங்கே நான்கு தூண் மண்டபங்கள். மரங்களுக்கிடையிலான குறுக்குப் பாதைகள். மயில்கள் அகவும் ஓசை மலையின் மறுபக்கமிருந்து கேட்டது. அணில்கள் படிகளின் மீது தாவி குற்றுச் செடிகளுக்குள்ளாக மறைந்து போயின. அவ்வளவாய் ஆள் நடமாட்டம் இல்லாம லிருந்தது ஆறுதலாயிருந்தது. எப்போதும் நான் விரும்பி உட்காரும் அந்த மண்டபத்திற்கு வந்ததும் எனக்கு அழவேண்டும் போலிருந் தது. ஓங்கி வளர்ந்த புங்கமரம். அதனருகாக எப்போதோ வெட்டிப் போட்ட மரத்துண்டு ஒன்று. மழையிலும் வெயிலிலும் கிடந்து கிடந்து உருவேறிக் கற்பாளம்போல பளபளத்திருக்கும். இரண்டு பேர் இருக்கலாம். குரங்குகள் மண்டபத்திலிருந்து தாவித் தாவி புங்கமரக் கிளைகளில் ஊசலாடின. என்னைப் பார்த்ததில் கலவரம் போல கிறீச்சிட்டு பல்லைக் காட்டியது முதிய ஒரு குரங்கு. கால் கொலுசொலிக்க சிறுமியொருத்தி குட்டைப் பாவாடையைக் கையில் தூக்கியபடி படிகளில் உற்சாகத்துடன் ஏறினாள். பயணி களை ஏற்றிச் செல்லும் மலைப்பேருந்து கீழிருந்து ஏறும் ஓசை கேட்டது. ஆரஞ்சு நிற இதழ்களுடன் பூத்திருந்த சம்பங்கிப் பூக்களின் மீது பட்டாம்பூச்சிகள் தாவி அமர்ந்தன. இளமஞ்சள் நிறத்தில் உருவத்தில் சற்று சிறியதாக இருந்தன. றெக்கைகளைத் தொட்டாலே விரல்களில் அப்பிக்கொள்ளும் மஞ்சள் நிறம். நீ இருந்திருந்தால் இவை என்ன இனம், எங்கிருந்து எத்தனை தொலைவு பறக்கும் என்றெல்லாம் சொல்லியிருப்பாய்.

உன்னை அஞ்சுகிறேனா நான்?

இல்லை, என்னைக் கண்டே நான் அஞ்சுகிறேனா?

கண்களில் நீர் சுரந்தது. ஒவ்வொரு பட்டாம்பூச்சியும் பட படத்துத் திரிந்திருக்க நான் கண்களை மூடிக்கொண்டேன்.

எங்கிருந்து எதற்காக ஓடி ஒளிகிறேன் நான். அவ்வளவு பலவீன மானவளா நான்? என்னை என்ன செய்துவிட்டாய் நீ? இத்தனைக் கும் நீ என்னைப் பற்றி என்ன அபிப்ராயம் கொண்டிருக்கிறாய் என்றே எனக்குத் தெரியாது. ஒருவேளை, நான் தாளாமல் உன்னை வந்து தழுவினால் நீயும் அவ்வாறே காதலுடன் என்னை அள்ளிக் கொள்வாய் என்று நானாக அல்லவா கற்பனையில் நிற்கிறேன். இரண்டு குழந்தைகளைப் பெற்றுக்கொண்ட பின்னும் காமம் என்னை அலைக்கழிக்கிறதா? சீ... இத்தனை நாள் இதுபோ லொன்று என்னை வாட்டியதில்லையே? அறிந்தேனா அடைந் தேனா என்றெல்லாம் நான் கேட்டுக்கொண்டதும் இல்லை. ஏங்கி நின்றதும் இல்லை. எல்லோருக்கும் எல்லா எல்லைகளையும் கண்டுவிட முடிகிறதா என்ன! இதுதான் எல்லை என்று சொல் வாரும் இல்லை. ஏற்பாரும் இல்லை.

எந்தக் காற்று எந்த மூங்கிலைப் புல்லாங்குழலாக்கும் என்று யார் கண்டது?

குரங்குகள் கலவரமாகி மரக்கிளைகளில் தாவும் ஓசை. சருகுகள் மிதிபடும் சரசரப்பு.

"இப்ப கண்ணைத் திறக்கலாம்." திடுக்கிட்டு விழித்தேன்.

நீயா?

நீயேதான். காமிராவில் என்னைப் படமெடுத்துக் கொண்டிருந் தாய். சாம்பல் நிற ஆப் ஸ்வெட்டர். நீல ஜீன்ஸ். முகத்தில் இரண்டு நாள் தாடி இல்லாமல் பளிச்சென்று இருந்தாய். இதென்ன விந்தை. நினைத்த நொடியில் எதிரில் நிற்கிற நீ என்ன தேவலோகத்து யக்ஷனா? காமிராவுடன் சுற்றும் கந்தர்வன்? எனக்கு பேசவே வரவில்லை. திகைப்புடன் உன்னைப் பார்த்தவாறே இருந்தேன்.

நீ அருகில் வந்து உட்கார்ந்தாய். தோள் பையிலிருந்து தண்ணீர் பாட்டிலை எடுத்து மூடியைத் திறந்து குடிக்கப்போனவன் என்னிடம் நீட்டினாய். எனக்குத் தாகமோ பசியோ எதுவும் தெரிய வில்லை. தலையை ஆட்டி மறுத்தேன். குடித்துவிட்டு பைக்குள் இருத்திக் கொண்டபின் மரப்பட்டையில் ஒட்டிக்கொண்டிருந்த புழுவைப் படமெடுக்கும் முனைப்பில் இருந்தாய். நான் இன்னும் உன் வருகையை நம்பமுடியாதவளாய், அது தற்செயல்தான் என்பதையும் ஏற்க முடியாதவளாய் கொஞ்சம் நடுங்கிப்போய்

இருந்தேன்.

மஞ்சள் சேலைகள் அணிந்த பெண்கள் கூட்டம் மருதமலை முருகனுக்கு அரோகரா போட்டுக்கொண்டு மேலேறியது. சிலர் தலைகளில் மஞ்சள் துணி சுற்றிய கரகமோ கலசமோ. சிலர் தோளில் காவடிகள். பத்திருபது பேர் கொண்ட அந்தக் கூட்டம் மொத்தத்துக்கும் ஒரே நடை, ஒரே குரல் போல இருந்தது.

"நான் இருக்கறது உங்களுக்குத் தொந்தரவா இருக்கா?'' பளிச்சென்று கேட்டாய்.

அதற்கு என்னால் ஆம் என்றோ இல்லை என்றோ பதில் சொல்ல முடியாது என்பதையும் நீ அறிந்திருந்தாய்.

எழுந்து வேகமாகப் படிகளில் தாவிக் கீழே ஓடினேன். என்னை அவ்வளவு துல்லியமாக எடை போட்டுவிடுமளவு உன்னிடம் என்னை வெளிக்காட்டிக்கொண்ட வெட்கம். என் ஒவ்வொரு மன அசைவையும் புரிந்துகொண்ட ஒருவனைக் கண்டுவிட்ட பரவசம்.

நீ வரும் வரை பொறுமையின்றி கார் அருகில் காத்திருந்தேன். என்னால் நிற்கவே முடியவில்லை. பசியா மயக்கமா தாகமா... ஏதோவொன்று என் படபடப்பைக் கூட்டிக்கொண்டிருந்தது. கார் சாவியை நீ வாங்கிக் கொண்டதும் சற்று ஆறுதலாயிருந்தது. அந்த நிலையில் என்னால் வண்டியை சரியாக ஓட்டியிருக்க முடியாது தான். முன்னிருக்கையில் உன் பக்கத்தில்தான் இருந்தேன். ஆனால் உன்னை நிமிர்ந்து பார்க்கவே எனக்கு அச்சம். ஆனால் என் தவிப்பையும் படபடப்பையும் நீ ரசித்தபடி சிரித்தபடி வெகு உல்லாசமாக இருந்தாய்.

வாசலில் நான் இறங்கிக்கொண்டேன். உள்ளே ஓடி வந்தேன். நிறையத் தண்ணீர் குடித்தேன். மூச்சு வாங்கியது. சமையலறைக்கும் கூடத்திற்குமாக நடந்தேன். ஜன்னல்களை திறந்து வைத்தேன். செய்தித்தாள் கற்றையைப் பிரித்தேன். மடித்தேன். ஊஞ்சலில் உட்கார்ந்து சற்றே அசைந்தேன்.

காலடியோசை கேட்டது. கண்ணை மூடிக்கொண்டேன். உள்ளுக்குள் ஆயிரம் பிதற்றல்கள். கண்ணுக்குள் இருள் பிரிந்து ஒளிக்கற்றைகள் வலி தந்தன. நீ உள்ளே வந்துவிட்டாய். தோள் பையை கழற்றித் தொலைக்காட்சியருகே இருக்கும் குட்டை மேசையின் மீது வைக்கிறாய். நான் ஊஞ்சலில் கண்மூடி உட்கார்ந் திருப்பதைப் பார்த்திருக்க வேண்டும்.

"பசிக்குதா?''

உன் காலடியோசைகள் என்னை நெருங்குகின்றன. நான் ஊஞ்சலை வேகமாக அசைக்கிறேன்.

பூந்தொட்டியைக் கடந்து நேராக வந்தால் ஊஞ்சல் உன் முழங்காலில் மோதக்கூடும். ஆனாலும் நான் வேகம் கொண்டேன். கண்ணையும் இறுக மூடிக்கொண்டேன். ஊஞ்சல் இடிபட வில்லை. எங்கே போனாய் நீ?

திடுப்பென்று ஊஞ்சல் அந்தரத்தில் நின்றது. பின்னால் மேலேறி இறங்கும் தருணத்தில் உன் பிடிக்குள் நின்றிருந்தது. என் மார்புத்துடிப்பைத் துல்லியமாகக் கேட்க முடிந்தது. ஊஞ்சல் மெல்ல இறங்கியது. என் கால்கள் தரையைத் தொட்ட அதே கணத்தில் என் பின்னங்கழுத்தில் மின்னல் வெட்டியது. தாளாமல் சரிந்த என் உடலை உன் கைகள் சுற்றி இறுக்கின. காலமெல்லாம் நான் கட்டுண்டு கிடக்க எண்ணும் ஒரு இறுக்கம். உயிரையும் உடலையும் முறுக்கிப் பிழிந்து காலத்தின் ஒரு கணுவாக நிறுத்தி விடும் இறுக்கம். கழுத்தில் தொடங்கி என்னை முத்தங்களில் நீ மூழ்கடித்திருந்தாய்.

அன்றைய பகல் நேரத்தில் நான் என்னைக் கண்டுகொண்டேன். அதுவரையிலும் நான் அறிந்திராத ரம்மியங்களையும் வலிகளையும் எனக்கு அறிமுகப்படுத்தினாய். எனக்கு நீ புதியவனாகவே தெரியவில்லை. ஏதோ நான் என்னை அறிந்த நாள்தொட்டு எனக்கு சிநேகமானவன்போல, என் மூர்க்கங்களையும் தயக்கங்களையும் அறிந்தவன்போல என்னை வெகு லாவகமாகக் கொண்டாடினாய் நீ. அன்றுதான் பிறந்ததுபோல ஓர் உவகையும் அப்போதுதான் பூத்ததுபோல ஓர் உல்லாசமும் அக்கணமே என் ஜென்மம் சாபல்யம் அடைந்துவிட்டதுபோலவும் ஓர் நிறைவு.

பின்மதியத்தில் ஊஞ்சலில் அமர்ந்திருந்த உன் மடியில் நான் தலைசாய்த்திருந்தபோது சொன்னேன். உன்னைக் கண்ட கணம் முதல் நான் அஞ்சினேன், இப்படியொன்று நடக்கும் என்று. என்னவிதமான பந்தம் இது? என்ன மாதிரியான சொந்தம் இது.

நீயும் ஆச்சரியத்தோடே சொன்னாய். எனக்கும் புரியவில்லை.

தற்செயல் அல்ல நிச்சயமாய்.
அதேசமயம் ஏதோவொரு முடிவின்மையின்
தொடர்ச்சி போலவே உணர்ந்தேன்.
ஏதோவொரு திசையில் ஏதோவொரு வானில் நீயும்
ஏதோவொரு நதியில் ஏதோவொரு வெளியில் நானும்
சஞ்சரித்துக் கிடந்தோம்.

உன்னை நன்கறிந்த நானும்
என்னை நன்கறிந்த நீயும்
இதற்கு முன்
ஒருவரையொருவர் பார்த்துக்கொண்டதில்லை.
ஆனால் உன் வாசனை எனக்கு மிகப் பரிச்சயம்.
அதுபோல் என் ரசனையும் உனக்கு வெகு நிச்சயம்.
நம் தொடுகைகளில் அந்நியமில்லை.
நம் தழுவல்களில் தடுமாற்றங்கள் இல்லை.
நம் முத்தங்களில் ஒத்திகைகள் ஏதுமில்லை.
சர்வநிச்சயமாய்
சர்வசுதந்திரமாய்
ஒருவருக்கொருவர் படையலானோம்.
பரிபூரணமானோம்.
பிறகு மனதில் வெறுமையில்லை.
கண்ணில் குழப்பமில்லை.
எப்போதோ எங்கோ குறித்து வைத்த ஓர் பிரபஞ்ச அசைவு,
அக்கணத்தில் நிகழ்ந்தேறியது
வால்வெள்ளியின் வருகையைப்போல.

நீ கவிதைபோலவும் பிதற்றல்போலவும் என் தலைகோதிய படியே சொல்லிக் கொண்டிருந்தாய். எனக்கு என் ஆயுள் அப்போதே முடிவுற்றுவிடவேண்டும் போலிருந்தது.

வெகுநாட்களுக்குப் பிறகு அன்று நான் வீணை வாசித்தேன். வருடங்கள் பல கடந்தும் தந்திகளில் விரல்கள் பட்டதும் எழுந்த கார்வையில் நான் கலங்கிப்போனேன். மெல்ல மெல்ல தந்தி களைத் தடவி என்னை நான் மீட்டுக்கொண்டேன். அந்தியின் கிரணங்கள் பின்னறையின் ஜன்னல்களில் சரிந்திருந்தன.

நீ சாய்வு நாற்காலியில் என்னையே உற்றுப் பார்த்தபடி வீற்றிருந் தாய். சில கணங்கள் தந்திகளை விரல்கள் சுண்டி ரீங்காரத்தை மட்டுமே கூட்டின. உன் கண்கள் எனக்குள் என்னை லயப்படுத்தி யிருக்க வீணை எனக்கு இசைந்தது.

உடலையொட்டி ஒடுங்கி என் விரல்களின் பிடிகளுக்குள் வசப்பட்ட நொடியில் அந்த கீர்த்தனையை நான் இசைக்கத் தொடங்கினேன். வீணை வாசித்திருந்த காலங்களில் அந்தக் கீர்த்தனையை இசைக்காமல் வீணையை நான் கீழே வைத்த தில்லை.

''சின்னஞ்சிறு கிளியே.. கண்ணம்மா.. செல்வக் களஞ் சியமே!''

கண்கள் மூடியிருந்தன. விரல்களின் நடனம். எங்கும் இருள். ஆடி வரும் தேனின் அற்புதத்தைத் தீண்டும் உயிரின் துடிப்பு. வீணை தன்னைத் தானே மீட்டிக்கொண்டதுபோல... நான் அதனை விலகிப் பார்ப்பது போலொரு பரவசம்.

என் நெற்றியில் உன் கை பட்டது. விழித்தேன். நீ என் அருகில் அமர்ந்திருந்தாய். கண்கள் விரிய ஆனந்தத்தோடு என்னையே ஆழமாகப் பார்த்திருந்தாய். கன்னங்களில் நீர் வழிய நான் வீணையைக் கிடத்தினேன்.

அறையின் ஒவ்வொரு அங்குலத்திலும் இன்னும் எதிரொலித்தது ரீங்காரம்.

''போதும். ரிலாக்ஸ் டியர் ரிலாக்ஸ்'' என்று என்னை இழுத்து மார்பில் சரித்துக்கொண்டாய். தலையைத் தடவிக் கொண்டே இருந்தாய். அவ்வப்போது தலையிலும் நெற்றியிலும் என் விரல்களிலும் முத்தமிட்டபடியே இருந்தாய்.

படுக்கையில் நான் மயங்கிக் கிடந்தேன். இனி விழிப்பில்லை, இனி பிறப்புமில்லை என்று நான் எங்கோ ஆழத்தில் மலர்வதும் குவிவதும் உதிர்வதுமாக இருந்தேன். வண்ணத்துப்பூச்சியின் நிறங்கள் இழைத்த வானில் மிதந்தேன். உடலே நிறங்களாகிப் படபடத்தது. விண் எட்டியது. விகாசமுற்றது. பரவசத்தில் திளைத்தது. இத்தனை நாளில் நான் கண்டிராத உன்மத்தம்.

என்னை என்ன செய்தாய்! விழித்தபோது களைத்திருந்தேன். சூடாக தேநீர் தந்தாய். குளித்து உடை மாற்றிக்கொண்டு தயாராகச் சொன்னாய்.

வெளியில் வந்தபோது பகல் விடைபெற்றுச் சென்று வெகு நேரம் ஆகியிருந்தது. குழல்விளக்குகள் வெளிச்சம் தந்த பாதையில் மெல்ல நடந்தோம். இதமான காற்று முகம் வருடிப்போனது. இரவுக் காவலுக்காக பல்கலைக் கழக வாயிலுக்குச் செல்லும் கூர்க்கா ''சலாம் மேம் சாப்'' என்று உற்சாகமாய் கையசைத்துக்கொண்டே சைக்கிளில் கடந்தான். பிரதான சாலையில் போக்குவரத்து அணையும் வரையிலும் வேடிக்கை பார்த்தபடியே வாசலில் உட்கார்ந்திருக்கும் அவன், பதினோரு மணிக்கு மேலாக அவனுக்குப் பிடித்த பழைய இந்திப் பாடல்களை பாடத் தொடங்கிவிடுவான். பாடிப் பழகிய கனமான குரல். அவன் 'கோரா காகஜ்' பாடும் அழகை நான் உன்னிடம் சொன்னபோது நாம் நாகலிங்க மரத்தருகே வந்திருந்தோம்.

''ஏன் நீ சின்னஞ்சிறு கிளியே பாடினே?''

''எனக்கு ரொம்ப பிடிச்ச பாட்டு. அதான்'' என்றதும் ''உனக்குமா?'' என்று நீ என் கையைப் பற்றி அழுத்தினாய். அதுவரையிலும் யாரும் வீணை வாசித்து நீ கேட்டதில்லை என்றாய். வீணையோடு நான் இன்னும் அழகாக இருந்தேன் என்றும் சொன்னாய்.

இன்னும் சற்று தொலைவு நடந்த பின் குழந்தைகளைப் பற்றி கேட்டாய்.

சித்தார்த்தைப் பற்றியும் பூரணியைப் பற்றியும் நான் சொல்லிக் கொண்டேயிருந்தேன். வளாகத்தின் சுற்றுப் பாதை முழுக்க நடந்து வந்து, கூடைப்பந்து மைதானத்தையொட்டி நடந்து வீட்டுக்கு வந்தோம். பூச்சிகளின் மீதும் வண்டினங்களின் மீதும் சித்தார்த் கொண்டிருக்கும் ஆர்வம் சில வேளைகளில் தேவைதானோ என்று நான் கொள்ளும் பயத்தைப் பற்றி சொன்னபோது, பயமில்லாமல் இருந்தால்தான் ஆச்சரியம் என்றாய். சூழலியல் விஞ்ஞானிகளாக, பறவை ஆர்வலர்களாக, புகைப்படக் கலைஞர்களாக சிறுவர் களிடத்தில் ஆர்வம் எழுவது அதிசயம், அதையறிந்து வளர்த் தெடுக்கும் பெற்றோர்களும் அதிசயம்தான் என்றாய். அவனது அறையில் இருந்த சேகரிப்புகளையும், கணினியில் சேமித்திருந்த புகைப்படங்களையும் பார்த்து சந்தோஷம் கொண்டாய். அதுவரை யிலும் அவன் கண்ட பூச்சிகள், வண்டினங்கள், பறவையினங் களின் பட்டியல்களையும் அவற்றைப் பற்றிய குறிப்புகளையும் கண்டு வியந்தாய்.

அந்த அறைக்குள் நீ சித்தார்த்தாகவே தெரிந்தாய். அதே உற்சாகம், அதே துறுதுறுப்பு.

உன்னை அந்த அறையிலிருந்து வலுக்கட்டாயமாக வெளி யேற்ற வேண்டியிருந்தது. அவனை அப்படியே விட்டுவிட வேண்டினாய். தன் பாதை எது என்பதில் மிகத் தெளிவாக இருக்கும் அவனை மந்தைகளில் ஒன்றாக்க நினைத்து குழம்ப வேண்டாம் என்று சற்று கடுமையாகவே சொன்னாய். புரொபஸ ரிடம் இதைப் பற்றி விவாதித்த, சண்டையிட்ட பொழுதுகள் என் நினைவுக்கு வந்தன.

இருவருக்கும் கடுமையான பசி. வெளியே சென்று வரலாமா என்று கேட்டபோது மறுத்துவிட்டாய். சமைக்கலாம் என்று கையைத் தட்டிக்கொண்டு சமையலறைக்குள் நுழைந்தாய். உடை மாற்றிக்கொண்டு நான் வருவதற்குள் கேரட் பீன்ஸ் என்று கைக்கு அகப்பட்ட காய்கறிகளை எடுத்து நறுக்கத் தொடங்கியிருந்தாய். சப்பாத்திக்கு மாவு தயார் செய்யும்படி சொன்னாய். கறிகாய்களை

அத்தனை பொடிப் பொடியாக நறுக்க யாரிடம் கற்றுக்கொண்டாய் என்று கேட்டேன். நளவம்சம் நானில்லையா எனப் பெருமை பேசினாய். உன் சமையல் சாகசங்களின் கதைகளைச் சொல்லத் தொடங்கினாய். கானாவில் நான்கு ரொட்டித் துண்டுகளையும் ஒரு வெள்ளை முள்ளங்கியையும் வைத்துக்கொண்டு மூன்று நாட்களைக் கடத்தியது, சிலியின் காட்டுப்பகுதியில் கீரையொன்றை அச்சு அசலாக நுனிப்புல் மேய்ந்து மீண்டு வந்தது, வாழைப்பழம் போலென்று ஏதோவொரு பழத்தை பசிமயக்கத்தில் தின்னப் போய் மூன்று நாட்களில் நீர்ச்சத்தையிழந்து மருத்துவமனையில் டிரிப்ஸ் ஏற்றிக்கொண்டது என்று சொல்லிக்கொண்டேயிருந்தாய். பிசைந்த மாவைச்சிறு உருண்டைகளாக்கி, உள்ளங்கை அகலத்தில் காம்பஸ் வைத்து நறுக்கியதுபோல வட்டமாக உருட்டித் தந்தாய். எதைப் பற்றியும் சொல்ல உனக்கு நிறைய இருந்தன. சப்பாத்தி மெல்லிசாக இடுவதற்கு என்ன செய்யவேண்டும் என்றும் பேச முடிகிறது. ஜன்னல் மேடையில் இருந்த போன்சாய் மரத்தைப் பார்த்தவுடன் அதைப்பற்றி மூச்சுவிடாமல் முப்பது நிமிஷம் பேச முடிகிறது. சின்னஞ்சிறு கிளியே பாடலை யாரெல்லாம் என்ன மாதிரியெல்லாம் பாடியிருக்கிறார்கள் என்றும் பட்டியலிட முடிகிறது.

சாப்பிட்டானதும் சமையல் மேடையை ஒழிக்கும்போதுதான் உன்னைப் பற்றி நான் கேட்டேன்.

யோசித்தாய். சொட்டிக்கொண்டிருந்த குழாயைத் திருகி மூடினாய். ஏலக்காய் ஒன்றைக் கேட்டு வாங்கி வாயில் போட்டுக் கொண்டாய். மாடிக்குப் போகும் படிக்கட்டின் நான்காம் படியில் உட்கார்ந்தாய். நான் கீழே சுவர் ஓரத்தில் கிடந்த திவானில் கால்களை நீட்டி உட்கார்ந்திருந்தேன்.

பூர்விகம் சேலத்தில் என்று சொல்வார்கள். ஆனால் எனக்குத் தெரிந்ததெல்லாம் பெங்களூர் மட்டும்தான். கிருஷ்ணராஜசாகர் அணை கட்டத் தொடங்கியபோது, மண் சுமக்க வந்த கூட்டத் தோடு பஞ்சம் பிழைக்க வந்தவர்கள் அப்பாவும் அம்மாவும். இட்லிக்கடையில் தொடங்கி, ஜவுளி வியாபாரமாகப் பெருத்து பெங்களூர் உப்பார்பேட்டில் வீடும் நிலமுமாக வளர்ந்து விட்டார்கள். அம்மாவின் முகம் நினைவில் உண்டு. அப்பாவைப் புகைப்படத்தில் பார்த்ததுதான். அப்பாவை நான் பார்த்ததே யில்லை. ஒரு வயது முடிவதற்குள்ளாகவே அவர் காலம் முடிந்து விட்டது. அவரோடு அவர் சேர்த்த பணமும் தொலைந்துபோனது. என்னையும் என் அண்ணனையும் வளர்க்க அம்மா மறுபடியும்

இட்லிக்கடை போட்டாள். இரண்டாம் வகுப்புப் படிக்கும்போது பெங்களூருக்கு வந்திருந்த பிரெஞ்சுக்காரர் ஒருவர் தற்செயலாகத் திண்ணையில் இட்லிப்பானையுடன் உட்கார்ந்திருந்த அம்மா வைப் படமெடுக்க இறங்கி வந்தார். குறுந்தாடியும் அரைடிராய ரும் கழுத்தில் கேமராவும் உதட்டில் சிகரெட்டுமாக அவர் அம்மா விடம் படமெடுக்க அனுமதி கேட்டார். சூடான இட்லிகளை தட்டில் வாங்கிச் சுவைத்தார். பாடம் எழுதிக்கொண்டிருந்த என்னைப் பற்றியும் தட்டுகளைக் கழுவித் தந்த என் அண்ணனைப் பற்றியும் விசாரித்தார். அவ்வளவுதான். இட்லிக்குக் காசு கொடுத்துவிட்டு என்னை ஆழமாகப் பார்த்துவிட்டுப் போய் விட்டார். இரண்டு நாள் கழித்து மறுபடியும் வந்தார். புகைப்படங் களைக் காட்டினார். என்னைத் தன்னோடு அனுப்பி வைக்க முடியுமா என்று கேட்டார். அம்மா கண்ணீர் விட்டு அழுதாள். ஆனால் உறுதியாக முடிவெடுத்தாள். பணம் எதையும் வாங்கிக் கொள்ள மறுத்தாள். எந்த நிலையிலும் பிச்சையெடுக்க விட்டு விடாதே என் மகனை என்று மனமுருகி வேண்டிக்கொண்டு அனுப்பிவைத்தாள். எனக்கு அப்போது எதுவும் புரியவில்லை. அம்மாவின் கண்ணீர் ஈரத்தைக் கன்னத்தில் வாங்கிக்கொண்டு கையசைத்துவிட்டு காரில் ஏறிக்கொண்டேன்.

உன் குரல் நடுங்கிற்று. கையறு நிலையில் உனக்கு விடை கொடுத்த உன் அன்னையின் முகத்தை உன் கண்கள் தேடின.

அந்த நிகழ்வை இப்போதும் என்னால் புரிந்துகொள்ள முடியவில்லை என்று சொல்லிவிட்டு கதறியழத் தொடங்கினாய்.

எத்தனை காலமாய் உனக்குள் புதையுண்டு கிடந்த குமுறல் களோ தெரியவில்லை. தேம்பினாய். அழுதாய். மடியில் கிடத்திக் கொண்ட எனக்கு என்ன சொல்லி சமாதானம் செய்வதென்று தெரியவில்லை. ஆண்கள் அழுவார்களா? இத்தனை துக்கம் உள்ளுக்குள் புரையோடிக் கிடக்குமா? வியந்தும் செயல் மறந்தும் உன் தலைகோதினேன். என் மடி கிடந்து நீ மழலையானாய். உனைத் தேற்றும் அன்னையானேன். உப்புக்கரிக்கும் கன்னத்தில் என் முத்தங்களை இழைத்தேன். கண்ணீரிலிருந்து உனை மீட்டேன். எனக்குள் உறையச் செய்து அனைத்தையும் மறக்கச் செய்தேன். அன்னையிடம் தேட நினைத்த அனைத்தையும் என்னிடத்தில் கண்டடைந்த கிறக்கம் இருந்தது உன்னிடம். உன் பார்வையில் ஆயிரம் நன்றி பாராட்டுதல்கள். விரல்களை இறுகக் கோர்த்து நெஞ்சில் அழுத்தியபடி கண் மூடியிருந்தாய். எனைத் திருத்திக் கொள்ளவும் நீ அவகாசம் தரவில்லை. ஆனால் சீக்கிரத்தி

லேயே தூங்கிப் போனாய். அதுபோலொரு நித்திரையை அனுபவத்ததில்லை என்று விடிந்தபின் நீ சொன்னாய்.

மறுநாள் அதிகாலையில் நான் கண் விழித்தபோது நீ அருகிருக்க வில்லை. ஒரு துண்டுச் சீட்டில் 'அயர்ந்துறங்கு! அதிகாலை உனக் காக காத்திருக்கும். நானும் அனுவாவி சென்று திரும்பி விடு கிறேன்' என்றெழுதி, கீழாக ஒரு பாண்டா கரடியை வரைந்து வைத் திருந்தாய். சற்றே சாய்ந்தவாக்கில் திருத்தமான கையெழுத்து. ஒருவித அலட்சியம் இருந்தது. படுக்கையிலிருந்து எழுந்து கொள்ளவே எனக்குப் பிடிக்கவில்லை. வலியும் வெம்மையும் கிடத்திப் போட்டது. தலையணையை அணைத்தபடி அப்படியே கிடந்தேன்.

முத்தத்தில் எத்தனை வகை என்று நீ முந்தைய இரவில் கேட்டதை நினைத்துக்கொண்டேன். நான் சொன்ன பதில்கள் தவறென்று சொல்லிவிட்டு நீ பட்டியலிட்டாய். ஈர முத்தம், உலர் முத்தம், ஒத்தட முத்தம், ஒட்டிக்கொள்ளும் முத்தம், திருக்குறள் முத்தம், அந்தாதி முத்தம், தற்காப்பு முத்தம், தாக்குதல் முத்தம் என்று அன்னபூர்ணாவின் உணவுப்பட்டியல் போல ஒப்பித்தாய். வாய்க்கு வந்ததையெல்லாம் சொல்லி என்னை அசத்த முயற்சிக் காதே என நான் எச்சரிக்க, வாய்த்தால்தான் முத்தம் என்றாய். ஒவ்வொன்றுக்கும் விளக்கம் வேண்டாமா என்று பொறுப்பாகக் கேட்டாய். கண்களில் ஒளிர்ந்தது குறும்பு. ரொம்ப முக்கிய மில்லை, வேண்டாம் என்று உன்னை எட்டித் தள்ளினேன்.

இப்போது ஒவ்வொன்றையும் யோசித்துப் பார்த்தேன். பொங்கிப் பொங்கி வந்தது சிரிப்பு. வெகு சாமர்த்தியசாலிதான் நீ. ஒரு கணம் மனதுள் அந்த கேள்வி புகைபோல் நெளிந்தது. எத்தனை பேரை இப்படி நீ கவிழ்த்திருக்கிறாய்? உனக்கென்று ஒருத்தி இருக்கிறாளா? ஏன் அதைப் பற்றி நீ எதுவுமே சொல்ல வில்லை. நானும் கேட்கவில்லைதான். ஆனால் கேட்காமலே என்னவெல்லாமோ சொன்னாயே?

விடுதியிலிருந்த எடுத்து வந்த உன் பெட்டி திறந்துதான் கிடந்தது. நான்கு அல்லது ஐந்து ஜதை உடைகள். தொப்பிகள், ஸ்வெட்டர், சாக்ஸ் என்று எல்லாமே ஒன்றுபோல கிடந்தன. அடர் பழுப்பு நிறத் தோலுறையுடன் ஒரு டைரி இருந்தது. இன்னும் சில காகிதங்கள். கானுயிர் சஞ்சிகைகள். நிறையக் கடிதங்கள். அப்படியே போட்டுவிட்டுத் திரும்பிவிட்டேன். உன்னைப் பற்றி இப்படித் தெரிந்துகொள்ள வேண்டும் என்று யோசிப்பதே நம் நெருக்கத்தை மலினப்படுத்துவது என நினைத்தேன். உன்னைப்

பற்றி மாறாக எதையுமே சிந்திக்க என் மனம் சம்மதிக்கவில்லை. உடனிருந்த தருணங்களில் ஒன்றிலேனும் நீ வேறு மாதிரியானவன் என்று யோசிப்பதற்கான வாய்ப்பை ஏற்படுத்தவில்லை.

ஆனாலும் எனக்குள் அந்தப் புகை மேலெழுந்தபடிதான் இருந்தது.

அதற்கு மேல் படுத்துக் கிடக்க முடியவில்லை. பரபரவென்று எழுந்து விடுதியிலிருந்து வேலைக்காரியை வரச்சொல்லி வேலைகளை முடுக்கினேன். வீடு துடைத்து, பாத்திரங்களைக் கழுவி அடுக்கி, துணிகளைத் துவைத்து கொடியில் காயவைத்து, முன்வாசல் பின்வாசல் எல்லாப் பக்கமும் முற்றாகப் பெருக்கி யெடுக்கச் செய்தேன். குளித்த கையோடு சமையலையும் முடித்தேன். உன் உடைகளைக் கொடியில் காய வைத்தபோது அவள் கேட்டால் என்ன சொல்வது என்று யோசித்திருந்தேன். ஆனால் அவள் கேட்கவில்லை. அறையில் கிடந்த பெட்டியை நான் முன்னரே ஒழுங்கு செய்து அலமாரியின் மேலடுக்கில் வைத்திருந்தேன். அவள் களைப்புடன் விடைபெற்றுப் போகும் போது மணி ஒன்றாகி இருந்தது. எனக்கும் கடும் பசி. சாப்பிட்ட கையோடு அலுப்பில் தூக்கம் அள்ளிக்கொண்டு போனது. உன்னிடமிருந்து அழைப்பும் இல்லை. நீ வருவதாகவும் தெரியவில்லை. தூங்கிப் போனேன்.

★

நாடோடிகளுக்கு காதலிகள் இருக்கலாம். மனைவி, குழந்தைகள், குடும்பம் எல்லாம் ஒத்துவராது. வீண் சுமைதான் என்பதே உன் எண்ணமென்றும் அதனால் திருமணம் பற்றி இதுவரையிலும் யோசனை இல்லை என்றும் சொன்னாய். பெங்களூர் வேளாண் ஆராய்ச்சி மையத்தில் முனைவர் பட்டத்துக்கான ஆய்வின்போது வேளாண் விஞ்ஞானியாகப் பணியாற்றியிருந்த கூர்க் மங்கை யொருத்தி காதல் சொன்னதையும், நிர்தாட்சண்யமாக மறுத்துவிட்டபோதும் அவள் தீவிரமாயிருந்ததையும் இன்னொருவனின் கதைபோல சொன்னாய். நாம் இருவரும் அப்போது ஆனைகட்டி அருகே சாலையிலிருந்து விலகி இரண்டு கிலோமீட்டருக்கு அப்பால் மலைச்சரிவில் உள்ளடங்கிக் கிடக்கும் ஏரிக்கரையில் இருந்தோம். காலைப் பொழுதின் துலங்கிய சாம்பல் வெளிச்சம். வெயிலென்று சொல்ல முடியாத ஒளி. காற்று வீசுகையில் தோலைக் குத்தும் குளிருடன் இருந்தது. ஓங்கிய மரங்கள்.

கொழுத்த புதர்ச் செடிகள். அடர்பசுமையுடன் தழுவிக் கிடந்த கொடிகள். சிறகசைத்து விலகி அமர்ந்து தலை சிலுப்பும் புள்ளினங்கள். நீர்ப்படுகையில் இன்னும் விலகாத பனியின் வெண்ணிற ஆடை. வெளிச்சம் போதாதென்று கேமராவை நீ இன்னும் முடுக்கத் தொடங்கியிருக்கவில்லை.

நான் அணிந்திருந்த இளம்பச்சை சுடிதாரின் நிறமும், அதன் பூவேலைப்பாடுகளும் நேர்த்தியாக உள்ளதென்று நீ சொன்னதும், உடைகளின் மீதிருந்த ஆர்வம் இப்போதெல்லாம் மட்டுப்பட்டு விட்டதென்றும் மணமாவதற்கு முன்பும் மணமான புதிதிலும் உடைகளின் மீது பெருவிருப்பம் இருந்ததையும் நான் குறிப்பிட்டேன். அப்போதுதான் நீ திருமணத்தைப் பற்றி பேசினாய். இத்தனைக்கும் நேற்று என்னுள் புகைந்த அந்தக் கேள்வியை நான் வெளிக்காட்டிக் கொள்ளவேயில்லை. நேற்று மாலையில் நீ வந்து கதவைத் தட்டிய பிறகுதான் நான் எழுந்துகொண்டேன். மதியம் இரண்டு மணிக்கெல்லாம் வந்துவிட்டதாகவும் அழைப்பு மணியை அழுத்திய பின்னும் கதவைத் திறக்காததால் ஆய்வகத்துக்குச் சென்றுவிட்டதாகவும் சொன்னாய்.

எந்த நாளில் எங்கு இருப்பேன் என்று எனக்கே நிச்சயம் இருக்காது, நினைத்த மாத்திரத்தில் தோளில் பையை மாட்டிக் கொண்டு கிளம்பிவிடுவேன் என்பதில் இருக்கும் சுதந்திரம் குடும்பம் மனைவி குழந்தைகள் என்றாகிவிட்டால் இல்லாது போய்விடும் என்று நம்புவதாகக் கூறினாய். அதற்காக உலகத்தில் குடும்பஸ்தர்கள் எல்லாம் முட்டாள்கள் என்று சொல்லவில்லை என்றும் உடனடியாக சமாதானமும் சொன்னாய். உன் குடும்பம் பற்றிய கருத்துகள் குறித்து நான் பெரிதும் ஆர்வம் காட்டவில்லை. எனக்குள் இருந்த அந்த ஒற்றைக் கேள்விக்கான பதிலை உன் உரையாடலிலிருந்து கண்டடைய முடியுமா என்பதில்தான் கவனமாய் இருந்தேன். வெயில் திடம் பெற்றதும் நீ காமிராவை கையில் எடுத்துக் கொண்டாய். பைனாகுலரைத் தந்து பறவைகளை கவனிக்குமாறு சொல்லியிருந்தாய். எனக்கு ஆர்வமில்லை. மனமெங்கும் ஒருவித சோர்வு. சிறு கலக்கம். அர்த்தமில்லாமல் புரொபஸரின் நினைவு வந்தது. குழந்தைகளை யோசித்தேன். கண்ணீர் கொப்பளித்தது.

இரண்டு நாள் முழுக்க நான் வெறும் பொம்மைதானா? இதோ இந்தப் பயணத்தில் உனக்கு வாய்த்த ஒரு பொழுதுபோக்கா நான்? கட்டிலுக்கும் கண்ணீருக்கும் என்ன பொருள் உன் அகராதியில். அதற்கும் இப்படி ஏதும் விளக்கம் சொல்லக்கூடும். உன்னை

மட்டும் நான் இப்படிக் குற்றம் சாட்டுவதிலும் நியாயம் இல்லைதான். நானும்தான் இடம்கொடுத்தேன்; தேவைக்கு மீறியும். ஆனால் நான் மனதுள் எந்த தர்க்கத்தையும் கொண்டு உன்னை அளக்கவில்லை. உள்ளபடியே ஆத்மார்த்தமாய் உன்னில் நான் சரணடைந்தேன். இதுவரைக்குமான வாழ்வில் நான் உணராத சில அற்புத கணங்களை நீ சாத்தியப்படுத்தினாய். இப்போது என் வீட்டுக்குள் நான் இதுவரை யிலும் அறிந்திராத ஒரு உயிர்ப்பை உணர்கிறேன்.

சில மணி நேரங்கள்தான் என்றாலும் ஒரு ஜென்மம் அர்த்தத்துடன் வாழ்ந்த நிறைவை நான் உணர்வது பொய்யா? கற்பிதமா? நாம் பகிர்ந்துகொண்டது உண்மையில் எதை? உன்னைக் கொண்டு நானும் என்னைக் கொண்டு நீயும் நிறைத்துக் கொண்டது எந்த வெறுமையை?

நீலச் சிறகுகளின் ஓரங்களில் வெண்ணிறச் சிதறல்கள் கொண்ட பறவை சிறு கிளையின் மீது வந்தமர்ந்தது. உடல்வண்ணம் சாம்பலும் இளநீலமும் போலத் தெரிந்தது. அமர்ந்த கணத்தில் கிளை தளர்ந்து அசைந்தது. சிறகுகளை மெல்ல மூடியபடியே வெடுக் வெடுக்கென்று தலையைத் திருப்பி கண்களை உருட்டிப் பார்த்தது. நீ ஜூம் லென்ஸை முடுக்கி சரிசெய்தபடியே ஓசைப்படாமல் அதன் கவனம் திரும்பாமல் படமெடுத்திருந்தாய். நீலப்பறவை ஏரிப் பரப்பையே கவனித்திருந்தது. உதிரும் இலைகளால் மலர்களால் சிற்றலை வட்டம் விரிந்ததை எச்சரிக்கையுடன் பார்த்தது. உன் கவனம் மொத்தமும் பறவையிலேயே குவிந்திருந்ததில் ஏரிக்கரையின் சரிவை நெருங்கியதை உணரவில்லை. இளகிக் கிடந்த காலடி மண் சரேலென்று நழுவ நொடியில் தடுமாறி உருண்டாய். ஒரு கணம் நான் உறைந்து போனேன். வாய்விட்டு கத்தும் போது நீ கிட்டத்தட்ட ஏரிக்குள் விழ இருந்தாய். ஆனால் விழவில்லை. உன் இடது கை கரையோரப் புதர்ச்செடியை பற்றியிருந்தது. இன்னொரு கையில் கேமிரா மிக பத்திரமாய். பறவைகள் ஓசையுடன் படபடத்து விலகிப் போவது கேட்டது. சரிவில் கவனமாகவும் வேகமாகவும் ஓடிவந்தேன். அதற்குள் புதரின் பிடியில் நீ இரண்டடிகள் மேலே வந்துவிட்டாய். என் கைகளைப் பற்றிக்கொண்டு சிரித்தாய். கால் சட்டையில் அப்பியிருந்த செம்மண்ணை தட்டிக் கொண்டே தண்ணீர்ப் பரப்பைத் திரும்பிப் பார்த்தாய். சலனமற்றுக் கிடந்தது.

புதர்ச் செடியின் முட்கள் உன் உள்ளங்கையைக் கிழித்திருந்தன. பறவைகளைத் துரத்திவிட்டதற்காக வருத்தப்பட்டாய். இன்னும் கொஞ்சம் கவனமாய் இருந்திருக்கலாம் என்று அங்கலாய்த்தாய். இருவரும் அருகிலிருந்த ஆசிரமத்தை அடைந்தோம். தண்ணீரில் கையைச் சுத்தமாகக் கழுவிய பிறகு களிம்பைத் தடவியபோதுதான் நீ

எரிச்சலாக இருப்பதாய் சொன்னாய். வைக்கோல் கொண்டு பரப்பிய கூம்புக் கூரைக்குக் கீழிருந்த பெஞ்சில் உட்கார்ந்திருந்தபோது ஒருவேளை அந்த ஏரிக்குள் விழுந்திருந்தால் என்ன செய்திருப்பாய் என்று கேட்டாய் சிரித்தபடியே.

பதினோரு மணிவாக்கில் வீடு திரும்பும் வரையிலும் நான் பதில் சொல்லவில்லை. இரண்டொரு தரம் நீயும் நினைவுறுத்தினாய். முகவாட்டமும் மௌனமும் என்னை உணர்த்தியிருக்கவேண்டும். அதன் பிறகு நீயும் நிர்பந்திக்கவில்லை. இருவருமே ஒரு வார்த்தை பேசாமல் திரும்பியது பெரும் பாரமாக இருந்தது. வீட்டு வாசலில் இறங்கும்போது மெல்ல சொன்னாய், இன்று மாலை ஊருக்குப் புறப்படத் தீர்மானித்திருப்பதாக! அப்படி நீ சொல்லக்கூடும் என்பதை நான் எதிர்பார்த்ததைப்போல அதற்கும் நான் ஒன்றும் சொல்லாது உள்ளே வந்துவிட்டேன்.

உள்ளே வந்தாய். உடைகளை எடுத்துப் பெட்டிக்குள் அடுக்கினாய். பொருட்களை ஒவ்வொன்றாய் தேடியெடுத்துக் கொண்டாய். சித்தார்த்தின் கணினியில் மின்னஞ்சல்களை சில நிமிடங்கள் கூர்ந்து பார்த்தாய். நான் படுக்கையில் சாய்ந்திருந்தேன். உன் நடமாட்டங்களை மனம் கவனித்திருந்தது. கொஞ்ச நேரம் எந்த சத்தமும் இல்லை. நீயும் படுத்துக் கொண்டாயா? எழுந்து வரலாமா என யோசித்தேன். ஊமைக்கோபம். எப்படியும் நீ விடைபெற்றுப் போகத்தான் போகிறாய்.

இப்போதில்லை என்றாலும் இன்று மாலை அல்லது நாளை ஏதாவது ஒரு நேரம். நான் என்ன செய்ய முடியும்?

கொஞ்சம் பேசலாமா? என்றபடி அறை வாசலில் நின்றாய் நீ. குபீரென்று எனக்குள் ஒரு கொந்தளிப்பு. கோபம், வெட்கம், ஆத்திரம், மோகம், அழுகை, அவமானம் என்று எல்லாமுமாக ஒரு கேவல் வெடித்தது. மூச்சு நின்றுபோனது போல தொண்டை அடைக்க, அழுகையின் உச்சத்தில் ஓசையின்றித் திணறினேன். ஓடிவந்து அள்ளிக் கொள்ளவில்லை நீ. நானாக ஓயட்டும் என்று காத்திருந்தாய். பெரும் ஏமாற்றம் எனக்கு. அப்போது உன்னால் அப்படி இருக்கமுடியும் என்று என்னால் நம்பவே முடியவில்லை. எனக்குள் நிமிர்ந்தேன். எழுந்து முகம் கழுவினேன். துவாலையில் அழுந்தத் துடைத்துவிட்டு வந்து உட்கார்ந்தேன்.

''சொல்லு, என்ன பேசணும்?''

''நமக்குள் எப்படி திடீரென்று பேசிக் கொள்ளவும்கூட ஒன்றும் இல்லாது போனது என்பது பற்றி பேசலாம்'' என்றாய்.

இப்போதும் நான் பதில் சொல்லாது மூக்கை உறிஞ்சிக் கொண்டு கூந்தலை அள்ளி முடிந்தபடி அமர்ந்திருந்தேன்.

நிதானமாக நீ பேசினாய் "இரண்டு நாளைக்கு முன்பு, எனக்கு என் வாழ்க்கையில் இன்னொரு நபர் இல்லை என்பது பற்றிய ஏக்கமோ வருத்தமோ இல்லையா என்று யாராவது கேட்டிருந்தால் இல்லை என்று நிச்சயமாகச் சொல்லிவிட்டு சிரித்தபடியே நகர்ந்திருப்பேன். எத்தனையோ ஆண்களும் ஏராளமான பெண் களும் என்னென்னவோ சந்தர்ப்பங்களில் என்னைக் கடந்திருக் கிறார்கள், உடன் நடந்திருக்கிறார்கள். இவனுடன் அல்லது இவளுடன் இன்னும் கொஞ்ச தூரம் நடக்கவேண்டும் எனும்படி யாய் ஒருவரைக் கூட எனக்குள் அணுக்கமாக உணரவில்லை. வேறு பல சந்தர்ப்பங்களில் மோசமான பல விபத்துகளில் சிக்கிய போதெல்லாம் எனக்கு மரணபயமே வந்திருக்கவில்லை என்று சொன்னால் நம்புவது கடினம்தான். ஆனால் அதுதான் உண்மை. எந்த நொடியிலும் மரணத்தோடு கைகுலுக்க நான் தயாராகவே இருந்தேன். யாரிடமும் எதையும் ஒப்படைக்க என்னிடம் எதுவு மில்லை. யாரிடமும் விடைபெற வேண்டிய பந்தமும் இல்லை. எனவே மரணத்தை வாழ்வின் அடுத்த ஒரு திருப்பமாகவே நான் எதிர்கொள்வதாக இருந்தேன். ஆனால், இன்று அந்த ஏரிக்கரையில் கால் தடுமாறிச் சரிந்தபோது என் கைகள் அனிச்சையாகப் பற்றிக்கொண்டது அந்த முட்புதரையல்ல, வாழ்க்கையை. வாழ வேண்டும் என்ற ஆசை எனக்குள் இருப்பதை அப்போதுதான் நானும் உணர்ந்துகொண்டேன்.

உன்னை முன்பே நான் ஏன் சந்திக்கவில்லை என்ற கேள்விதான் எனக்குள் பெருக்கெடுத்தபடியே இருக்கிறது. உன்னிடத்தில் நான் நானாகவே இருந்தேன். நீ என்னை மிகப் பொறுப்பாக பத்திரமாக ஒரு சிறு கீறலுமில்லாமல் பார்த்துக் கொள்ள முடியும். உனக் குள்ளும் அப்படியொரு நிறைவும் நம்பிக்கையும் உருப்பெற்றதை என்னால் முற்றிலுமாக உணர்ந்துகொள்ள முடிந்தது. வாழ்வின் கடும்பாலையைக் கடந்து நான் அடைந்த உயிர்ச்சுனை நீ.

இனி நான் உனக்கு மட்டுமே. என்னில் உன்னைத் தவிர வேறொருத்தி இல்லை என்பது நிச்சயம். ஆனால் நீ எனக்கு மட்டுமே சொந்தமானவள் அல்ல. சில மணி நேரங்களுக்குப் பிறகு உனது கதாபாத்திரம் வேறு. நீ ஆற்ற வேண்டிய கடமைகளும் வேறு.

இனியும் நான் இங்கிருப்பது நம் இருவருக்கும் நல்லதல்ல. இந்தவரையில் வாழ்க்கையின் சாரத்தை நான் கண்டடைய முடிந்த

பெரும் சந்தோஷம் எனக்கு. அத்துடனே நான் போய்விடுகிறேன்.

உன் கோபத்தை ஓரளவு என்னால் ஊகிக்க முடிகிறது. உன்னை நான் பயன்படுத்திக் கொண்டேன் என்று ஒரு சந்தேகமும் எனது விலகலையடுத்த எச்சரிக்கையும் உனக்கு கோபத்தையும் ஆத்திரத்தையுமே தரும். புரிந்துகொள்ள முடிகிறது. நான் உன்னில் அடைந்தது பெருவரம். அதை நீ உட்பட யாரும் எடை போட முடியாது. அதன் சுகத்தையும் சுமையையும் நான் மட்டுமே அறிவேன்.''

பேசிக்கொண்டே சுவரில் சரிந்து தரையில் இடது காலை மட்டும் நீட்டி உட்கார்ந்தாய். குரலில் எப்போதும் இல்லாத நடுக்கம். துக்கம். உன்னருகே வந்தேன். நான் பாவமில்லையா என்று அன்னையைக் கெஞ்சும் பாலகனின் பார்வை என் மூர்க்கத்தை உடைத்தது. அள்ளி மார்போடு அணைத்துக்கொண்டேன். அழுதேன். உள்ளுக்குள் அலைந்த கரும்புகை கரைந்தோட அழுதேன்.

ஆற்றுதலும் தேற்றுதலும் அலைதலும் அடங்கலுமாய் கழிந்த பொழுதில் நீ மேலும் தெளிவடைந்திருந்தாய். விலகிச் செல்வது உனக்கு சுலபம் என்றும், நானும் சுலபமாக்கிக் கொள்ளவேண்டும் என்றும், இச்சுமையை நீ சுமந்தலைவதுபோல் நானும் உன்னைச் சுமந்து நிற்பது பெருங்கடினம் என்றும், இங்கிருந்து நீங்கிய கணத்தில் ஒரு இலையுதிர்வதைப் போல எனை உன்னால் உதிர்க்க முடிந்தால் நன்மை என்றாய். அறுவைச் சிகிச்சையாளனின் கூர்முனைக் கத்தியைப் போல வலியில்லாமல் ரத்தம் பார்த்தன உன் வார்த்தைகள். அருகிருக்கும் கணப்பொழுதை இழந்துவிடக் கூடாது என்றொரு வேகம் எனக்குள். ஒருபோதும் இனி இல்லாத ஒன்றை இப்போதே அனுபவித்துவிட வேண்டும் எனும் வேட்கை. வேண்டுமட்டும் உனை எனக்குள் நிறைத்துக் கொள்ள வேண்டும் என்றொரு தாகம்.

வேகமும் வேட்கையும் தாகமும் தணியத் தணிய வெறுமையும் விலகலும் நிழல்போல நீண்டு கவிந்தன.

ஒரு நொடியில் உனை உதறித் தள்ளினேன். ''நீ போ ஆனந்த். கவனம்'' என்று இரண்டே வார்த்தைகளில் நான் உன்னை துண்டித்துக்கொண்டு அறைக்குத் திரும்பிவிட்டேன்.

இப்போது நினைத்தாலும் அந்த ஒரு நொடிப்பொழுதை நான் எப்படி கையாண்டேன் என்பது வியப்பையே தருகிறது. அதன் பிறகு புறப்பட்டுப் போகும்போது நீ அறைவாசலில் நின்று

விடைபெற்றுக் கொண்டாய். நான் எழுந்து வரவில்லை. எனக்கு அந்த தைரியமும் இல்லை.

★

அன்றைய இரவு என் வாழ்வின் பெரும் சவால்களில் ஒன்று. நாற்பத்திரண்டு வயது வரையிலான இருப்பின்போது நான் உணர்ந்திராத வெறுமை. அனைத்துமே நிறமிழந்து பொருளிழந்து போயின. களைத்து நைந்துபோன உடலின் நோவுகளை நான் பொருட்படுத்தவில்லை. மனம் எங்கோ இருட்டில் இலக்கற்று பற்றுதல் இல்லாது தவித்துக் கிடந்தது.

மறுநாள் விடிந்தது. உற்சாகத்தோடு புரொபஸரும் பிள்ளைகளும் வந்து சேர்ந்தனர். நானும் உற்சாகத்தை அணிந்து கொண்டேன். மீண்டும் என்னை அவர்களுடனான உலகத்துக்குள் பொருத்திக் கொண்டேன்.

பூரணிதான் என்னிடம் ஏதோ ஒரு மாற்றம் இருப்பதைப் பற்றி சுட்டினாள். சமாதானமாய் சொன்னவற்றை ஏற்காது திரும்பத் திரும்ப ஊருக்குப் போவதற்கு முன்னால் இருந்த அம்மாவைப் போல இல்லை நீ என்று அனத்தினாள். பதினோரு மணிவரையில் அவர்களோடு சேர்ந்து சிரித்தேன். பேசினேன். விளையாடினேன். சமைத்தேன். சாப்பிட்டேன். திடீரென்று தலைசுற்றல். நாற்காலியில் சரிந்து உட்கார்ந்தேன். அனைத்தும் இருண்டது.

நினைவு திரும்பியபோது புரொபஸர் கவலையுடன் அருகில் இருந்தார். மருத்துவர் பரிசோதித்துவிட்டுப் போனதாகவும் வெறும் பலவீனம் என்று சொல்லிவிட்டு ஓய்வில் இருந்தால் போதும் என்று அறிவுறுத்தியதாகவும் சொன்னார். எனக்கு யாரிடமும் எதுவும் பேசவேண்டும் என்று எண்ணமில்லை. உன் முகம், உன் பேச்சு, உன் அருகாமை என்று அனைத்துமே என்னை என் உலகத்திலிருந்து தனிமைப்படுத்தியது. நான் வீட்டுக்குள் நடமாடியிருந்தபோதும் தனித்த ஒரு இணை உலகத்தில் உன்னோடுதான் உலவினேன். பேசினேன். மடியில் தலைசாய்த்து உறங்கினேன். சமைக்கும்போது பின்னால் வந்து கட்டிக்கொண்டு காதோரம் கதை பேசினாய். மொட்டை மாடியில் துணியுலர்த்தும் போது கிளிப்புகளைக் கொண்டு சிகையலங்காரம் செய்தாய். மாலை நேரத்தில் முன்வாசலில் காற்றசைக்கும் பன்னீர் பூ மரத்தடியில் என் விரல்களைப்பற்றி சொடுக்கெடுத்தாய். பிள்ளைகளிடத்தில் அம்மாவாகவும் புரொபஸரிடத்தில் மனைவியாகவும் கடமையாற்றிய நான் உன்னுடனான உலகில் நானாகவே எனக்குப்

பிடித்த நானாகவே இருந்தேன்.

பட்டாம்பூச்சிகள் என் பிரியத்துக்குரியனவாயின. அவை துறுதுறுவெனக் காற்றில் அலையும்போது உன் குறுகுறுக்கும் கண்களைக் கண்டேன். வெயில் வீச்சில் அதன் வண்ணங்கள் மின்னும்போது உன் சிரிப்பின் வசீகரம் கண்டேன். மலரிதழில் நின்று தேன் உண்ணும்போது உன் இதழ் முத்தம் ருசிக்கக் கண்டேன். வண்ணங்கள் படபடக்கக் காற்றை மீறி விரைகையில் நம் உடல்கள் ஒன்றேயாகித் துடிதுடிக்கக் கண்டேன். உன்னைப் போலவே ஓரிடத்தில் அவை கால்கொள்ளாது காற்றில் தாவின. உன்னைப் போலவே இதோ கைப்பற்றிவிட்டோம் என்று எண்ணிய தருணத்தில் வண்ணத்தை விரலில் விட்டு நழுவிப் போயின எல்லா வண்ணத்துப்பூச்சிகளும்!

சில நாட்கள் கழித்துத் தொலைபேசியில் தொடர்புகொள்ள முயன்றேன். இயலவில்லை. கைபேசி எண் ஒலித்துக் கொண்டே யிருந்தது. பின்பு தொடர்பு எல்லைக்கு வெளியே இருந்தது. பிறகு எந்தப் பதிலும் இல்லை. பெங்களூர் முகவரியில் இருந்த தொலைபேசி எண்ணிற்கும் பதில் இல்லை. ஆரம்பத்தில் நீ தவிர்த்ததும் பின்னர் புறக்கணித்ததும் ஆறாத ரணங்களை உருவாக்கின. பெரும் மனச்சோர்வும் பதற்றமும் கூடிய தினங்கள் அவை. உன் காரியங்களுக்கான காரணங்களை நானே அடுக்கி அதன் தர்க்க அதர்க்கங்களை சமன்செய்து சமாதானமாக முயன்றேன். உன் மீது கோபமோ வருத்தமோ சற்றும் இல்லாமல், ஆனால் உன் பதிலின்மையின் சுமையைத் தாங்கி நிற்கப் பெரும் பிரயத்தனப்பட்டேன். ஒருமுறை பேசினால் போதும், எல்லாம் சரியாகிவிடும் என்று பெரிதும் நம்பினேன்.

கொடும் காந்தலுக்குப் பிறகான மழைபோல் உன்னிடமிருந்து அந்தக் கடிதம் வந்தது. என் வீட்டு முகவரிக்கு எனக்குக் கடிதங்கள் வந்ததேயில்லை. புரொபஸரின் அலுவலகத்திலேயே எல்லா வற்றையும் விநியோகித்து விடுவதுதான் வழக்கம். ஆனால் அந்த அயலக கூரியர் சிப்பந்தி அடர் மஞ்சள் நிறத்தில் தடிமனான ஒரு உறையை என்னிடத்தில் சேர்க்கவேண்டி வாசலில் நின்றபோது ஆச்சரியமாக இருந்தது. திருத்தமாக அச்சிடப்பட்ட முகவரி. அழுத்தமான எழுத்தில் என் பெயர். வீட்டு முகவரி. புரொபஸர் நேராக இதை என்னிடம் சேர்க்கச் சொன்னார் என்று அந்த கூரியர் சிப்பந்தி சொன்னதன் பொருள் வெகுநாட்கள் கழித்தே எனக்கு விளங்கியது. அனுப்புநர் முகவரி இடத்தில் உன்னுடைய பெயரும் வயநாட்டில் ஒரு கேம்ப் முகவரியும் இருந்தது. துடிப்புடன்

உறையைக் கத்தரித்து நடுங்கும் கைகளுடன் உள்ளே இருந்த வற்றை எடுத்தேன். உள்ளங்கைகள் வியர்த்திருந்தன. இன்னொரு உறையில் என்னை நீ எடுத்த படங்கள். மேக்ஸி அளவில் ஆகச்சிறந்த நுட்பத்துடன் அச்சிடப்பட்ட படங்கள். மூங்கில் பாலத்தில் தலைசாய்த்தபடி நிற்பது, மருதமலைப் படிகளருகே தலை நிமிர்த்தி மரக்கிளையைப் பார்த்திருப்பது, வீட்டு ஊஞ்சலில் இடதுகையை உயர்த்தி சங்கிலியைப் பிடித்தவாறு ஈறு தெரியச் சிரித்துக்கொண்டிருப்பது, வீணை வாசிக்கும்போது கண்களை மூடி லயித்திருந்தது என்று ஒவ்வொன்றிலும் அதுவரையில் நான் காணாத என்னை நீ படம் பிடித்திருந்தாய். நாம் இருவரும் சேர்ந்து ஆட்டோகிளிக்கில் எடுத்துக் கொண்ட படங்கள் எவற்றையும் நீ அனுப்பவில்லை என்பதில் எனக்கு சற்று வருத்தம்தான். ஆனால் என் படங்கள் அனைத்திலுமே ஒளிவட்டம்போல் உனது பிரசன்னத்தை என்னால் கண்டுகொள்ள முடிந்தது. ஆசையுடன் கடிதத்தைப் பிரித்தேன். சற்றே ஊதா நிறம் மினுங்கும் கருப்பு மசியில் அழகான கையெழுத்தில் ஏழு வரிகள் மட்டுமே எழுதி யிருந்தாய்.

....

விளிச்சொல் எதுவும் பொருத்தமில்லாததென்று நம்புகிறேன். தொலைபேசி அழைப்புகளை தவிர்த்தமைக்கு மன்னிக்க வேண்டும். என் இருப்பின் சுவடுகளைப் புதுப்பிக்கும் எதையும் அனுமதிக்கலாகாது என்பதில் உறுதியாய் இருக்கிறேன். ஒரே யொரு பிரதிமட்டுமே இடப்பட்ட இப் படங்கள் உங்களுக் கானவை. உங்களிடமிருந்த நான் பெற்றுக் கொண்ட மேன்மைக்குப் பதிலீடு செய்வது அசாத்தியம். இவை ஒரு சிறு காணிக்கை மட்டுமே. புகைப்படங்களும் இக்கடிதமும் எந்த விதத்திலேனும் உங்களுக்கு அசௌகரியங்களை தரும் என்றால், தயங்காமல் அழித்துவிடுங்கள்.

- ஆனந்த்.

பேரலையென என்னைப் புரட்டிப் போட்டது அக்கடிதம். ஈரமற்ற வரிகள் அழச் செய்தன. எனை விட்டு விலகியோடும் உனது ஆயத்தங்கள் கலவரம் தந்தன. கண்ணீர் பெருக மீண்டும் மீண்டும் படித்தபடியே இருந்தேன். ஏதேனும் ஒரு சொல்லில் உன்னை நீ ஒளித்து வைத்திருக்கிறாயா என்று பரிதவித்தேன். படங்களில் இருந்த நான் மெல்ல மெல்ல வேறொருத்தியானேன்.

எல்லாவற்றையும் அப்படியே உறைக்குள் திணித்து அலமாரி யில் புடவையடுக்கில் செருகிவிட்டு குளியலறைக்குள் புகுந்தேன்.

ஷவரைத் திறந்து நின்றேன். கண்ணீரையும் குமுறல்களையும் கரைக்க முடியாமல் பலவீனமாய் வழிந்தது தண்ணீர். என்னிடத்திலிருந்து உன்னைத் துண்டித்துக் கொள்ள முடியும் என்ற உன் நம்பிக்கையை எண்ணிச் சிரித்தேன். பார்த்தால் பேசினால் எழுதினால்தான் நினைவுகளில் அழுந்திக் கிடப்பேன் என்ற உன் பேதமை எனக்கு வியப்பாகவும் இருந்தது. என்னை நீ அறிந்தது இவ்வளவுதானா?

உனது தயக்கங்களும் அச்சங்களும் விலகல்களும் ஒருவிதத்தில் பெரும் தெளிவைத் தந்தன. கூடவே உன் மீதான பரிதாபத்தையும். என்னிடமிருந்து விலகியோட என்னவெல்லாம் செய்கிறாய்? ஆளற்ற கானகங்களில் அலைகிறாயா? இரவு பகல் தெரியாமல் கடலோடுகிறாயா? முகம் தெரியாத மொழி அறியாத பாதைகளில் கால்கடுக்க நடக்கிறாயா? முட்டாள். நம் நினைவுகள் வேட்டை நாய்கள். நாம் ஓடுந்தோறும் அவை இன்னும் வன்மம்கொண்டு பாய்ந்து கவ்வும். வெறிகொண்டு உயிர் குதறும்.

நிதானம் கொள் நண்பனே! ஓடிக் களைத்தப் பின் நான் அடைந்த ஞானம் இது.

வேட்டை நாய்களோடு வெகுகாலம் ஓடிப் பிடித்து விளையாட முடியாது. பேசாமல் சரணடைந்து விடவேண்டும். நம்மை முழுமையாக ஒப்படைத்துவிட வேண்டும். நம்மை வீழ்த்திவிட்ட இறுமாப்பில் அவை சற்றே இளைப்பாறும். அதுதான் தருணம். கழுத்துப்பட்டையை மாட்டிவிடவேண்டும். அதன் பின் அவை எப்போதும் நம் கைப்பிடிக்குள். உன்னோடு கழித்த சில மணி நேரங்களை நான் 'நினைவுகள்' என்று எனது அன்றாடங்களிலிருந்து ஒதுக்கி வைக்க விரும்பவில்லை. பூவனமெங்கும் வண்ணத்துப்பூச்சியாய் நான் பறந்திருந்த நாட்கள் அவை. என் சுவாசத்தில் ரத்தவோட்டத்தில் கலந்திருப்பவை.

இரவு வெகு நேரத்துக்குப் பிறகு வீடு வந்த அவரிடம் இரண்டு படங்களை மட்டும் காட்டினேன், ஊஞ்சல் படத்தையும் வீணை வாசிக்கும் படத்தையும். இரண்டும் ஒரே நேரத்தில் எடுக்கப் பட்டவை என்பதைச் சொல்வதுபோல. மற்ற படங்களையும் கடிதத்தையும் நான் புடவைகளுக்கு நடுவில் ஒளித்துவிட்டேன். எல்லாவற்றையும் அவரிடம் காட்டும் துணிச்சல் இல்லை அப்போது என்னிடம். படங்களை வெகுவாக ரசித்தார். அப்போது உன்னைத் தொலைபேசியில் தொடர்புகொள்ளவும் முயன்றார். முடியவில்லை. அக்கறையில்லாதவள்போல துடிப்புடன் நான் தலையணை உறைகளை மாட்டிக்கொண்டிருந்தேன்.

வெகுநாட்களாகத் தொடர்புகொள்ள முயல்வதாகவும் உன்னிடமிருந்து பதிலே இல்லையென்றும், அனுப்பிய மின்னஞ்சல்கள் எவற்றுக்கும் நீ இதுவரை பதிலளிக்கவில்லை என்றும் புதிராக இருப்பதாகவும் சொன்னார். மீண்டும் உன்னை இங்கே வரச் சொல்லி அழைத்திருப்பதாகச் சொன்னபோது தடுமாறினேன் நான். நீ வரமாட்டாய் என்று எனக்குத் தெரியும். இருந்தாலும் அந்த நிமிஷம் கொஞ்சம் பதற்றமாகத்தான் இருந்தது. நம் கண்ணாமூச்சி விளையாட்டில் தன்னையும் ஒரு ஆட்டக்காரனாக்கிக் கொண்டிருந்த அவரைப் பார்க்கப் பரிதாபமாகவே இருந்தது. பரிதாபம் அவரை அணுகச் செய்தது. ஆனால் அவருடனான தருணங்களில் என் தடுமாற்றங்களே என்னை குற்றவாளியாக்கின.

வீட்டிற்கு சீக்கிரம் வரத் தொடங்கினார். என்னிடம் நிறையப் பேச முயன்றார். படுக்கையறையில் என்னை பாடச் சொன்னார். ஆனால் பாவம் தன்னியல்பற்ற அவை அனைத்திலும் அவர் பரிதாபமாகத் தோற்று வழிந்தார். பிள்ளைகள் இருவரும் பரிகசித்த போது மட்டும் நான் கடிந்துகொண்டேன். உன் படங்கள் வெளியான சஞ்சிகைகளை வேண்டுமென்றே என் கண்ணில் படுமாறு போட்டுவைத்தார். கானுயிர் புகைப்படப் போட்டியொன்றில் உனக்குப் பரிசு கிடைத்த செய்தி பிரசுரிக்கப்பட்ட இதழைக் கொண்டுவந்து என்னிடம் காட்டியபோது நான் எரிந்து விழுந்ததில் சற்றே திடுக்கிட்டுப் போனார்.

நான் மிகவும் தெளிவாக இருக்கிறேன். எனக்குள் நீ ஏற்படுத்திய தெளிவு. உன்னை நினைக்கும்போதெல்லாம் பெருகும் உற்சாகத்துடன் எனக்குள் கவியும் அற்புதமான சாந்தம் அது. அந்தவொரு அமைதி வாய்த்தபிறகு எனைச் சுற்றிலுமான உலகத்தின் ஓசைகளும் கசடுகளும் எனக்கு அந்நியமாக விலகியோடி விடும்.

நான் விரும்பினாலும் இல்லாவிடினும் இதுவரையிலான என் வாழ்வும் மீதி நாட்களும் அவருடன்தான் விதிக்கப்பட்டது. பிள்ளைகள் வளர்ந்தாயிற்று. எனக்கும் வயதாகிக் கொண்டிருக்கிறது. விரும்பியபடியான வாழ்வென்பது அனைவருக்கும் அமைந்துவிடுவதில்லை. சமரசங்களே வாழ்வைத் தொடரச் செய்கின்றன. ஆசைகளும் கனவுகளும் அவரவர் உலகத்துள் மட்டுமே. ரகசியமாய் வெகு பாதுகாப்பாய். இடைப்பட்ட சில நாட்களில் உன் வருகையும் என்னை உன்னிடம் நான் கண்டடைந்ததும் நெடும்பயணத்தில் ஒரு இளைப்பாறல் மட்டுமே. அதுவே நிரந்தரம் என்றும் நானும் தங்கிவிட முடியாது. நீயும் என்னை

தாங்கிக் கொண்டிருக்க முடியாது. அந்த அளவுக்கு சுதந்திரத்தை அனுமதிப்பதல்ல இவ்வுலகம். அனைவரது மனோரதங்களும் நிறைவேறிவிட்டால் உலகின் ராஜபாட்டையில் நெரிசல் தாங்காது. இனி ஏதேனும் ஒரு திருப்பத்தில் உனைக் காண நேர்ந்தாலும் நம் இரண்டு நாள் உறவைக் கொண்டு உனை நான் அடையாளம் காண மாட்டேன். புதிய ஒரு அறிமுகம் என்றே உன்னைப் பார்த்து சிரிப்பேன். என்னைப் புரிந்துகொள்வாய் என்றெனக்குத் தெரியும். அது அவருக்குத் தெரியாது. அவருக்குப் புரியும் பாஷையில் என்னால் சொல்லிவிட முடியமா என்று எனக்குத் தெரியாது. அவரிடம் இதைப் பற்றிப் பேசுவதையே என் மனம் அனுமதிக்கவில்லை. இது எனக்கான நமக்கான அந்தரங்கம். அவரிடம் விளக்கம் சொல்லி பாவமன்னிப்பு கேட்க வேண்டுமா? தேவையா? தெரியவில்லை. நீ எடுத்த என் படங்கள் ஏதோ ஒரு முகம் தெரியாத புகைப்பட நிபுணன் திறம்பட எடுத்துத் தந்த படங்களாகவே என்னிடம் இருக்கும். என்னைச் சுற்றிய ஒளியில் நீ இட்ட உன் கையொப்பத்தை நான் மட்டுமே அறிவேன். ஒரு யுகம் முழுக்க தவமிருந்து ஒருநாள் மட்டுமே நான் பெற்ற வரம் நீ. வரம் தந்த வலி நீ. இந்த வலியைச் சுகமாக நான் எனக்குள் மட்டுமே அனுபவித்துக்கொள்ள வேண்டும். இதன் அதிர்வுகளை நான் வீட்டில் பிறரிடத்தில் இம்மியும் காட்டிக்கொள்ள முடியாது. இது நம் இருவருக்கும் மட்டுமானது. நம் வலிகொண்டு நம்மைச் சுற்றிய பிறரை நாம் வதைக்கலாகாது.

உன் கானகத்தில் ஆயிரம் மரங்கள். ஆயிரமாயிரம் மலர்கள். உனை ஆசிர்வதிக்கவென்று வசந்தங்கள். என்னிடம் கண்ட பரவசங்களைத் தரும் இன்னொரு பெண்ணை நீ கண்டடைவது ஒன்றும் சிரமமானது அல்ல. விரைவில் அப்படியொருத்தியைக் கண்டடையும்போது நீ செய்யவேண்டியது ஒன்றுதான். அவளுக் கான கனவுகளை அறிந்துகொண்டு முடிந்தமட்டும் அவற்றுக்கு மரியாதை செய்வதுதான். உன்னால் முடியும் அது. நீ கனவுகளை அறிந்தவன். என்னில் கண்ட ஏதோ ஒன்றை அவளிடமும் உன்னால் கண்டடைய முடியும்.

மூங்கில் காடுகள் இப்போது கோடை வெயிலில் பொன்னிறம் கொண்டு இலை உதிர்க்கின்றன. ஓடையில் நீர் வரத்தில்லை. பாலத்தைக் கடக்கும்போது வெயில் சுடுகிறது. விருந்தினர் மாளிகை வாசலின் சருகுகள் காலடிபட்டு நொறுங்கும்போது இதயம் வலிக்கிறது, நண்பனே.

★

உயிரெழுத்து 2016

ஊதாநிற விரல்கள்

தாடையை லேசாக அசைத்தபோதே மண்டைக்குள் வலி தெறித்தது. காதோரத்தில் எரிச்சல் காந்தியது. அவன் ஏன் என்னை அப்படி அறைந்தான் என்று எனக்குப் புரியவில்லை. சுதாரித்து விலகுவதற்குள் கன்னத்தில் சாத்திவிட்டான். அந்த நொடிக்கு முன்னால் வரை அவன் அவ்வாறு அடிப்பான் என்று நினைக்க வில்லை. ஆனால் அடித்த கணத்தில் என் உடல் மொத்தமும் கிடுகிடுத்தது. அடுத்தடுத்து இனி இப்படித்தான் நடக்கும் என்று உதறலெடுத்தது. ஒரே அறைதான். அதன்பின் அவன் அங்கே நிற்கவில்லை. உதட்டோரத்தில் ரத்தம் கசிவதை உணர்ந்தேன். வலியுடன் எரிந்தது. நாக்கால் தொட்டபோது காரல் சுவை. கடகட வென்று கண்ணீர் உருண்டு முன்னங்கையில் சிதறியது. போலிஸ் அடி. சில மணி நேரங்களுக்கு முன்பு வரையிலும் போலிஸ் அடி வாங்கும் யோகம் எனக்கு இருக்கிறது என்று யாராவது சொன்னால் நம்பியிருக்க மாட்டேன். ஆனால் பயந்திருப்பேன். எனக்கெதற்கு வம்பு என்று ஒதுங்கி நகர்ந்திருப்பேன். ஆனால் இப்போது அடி விழுந்துவிட்டது. இது முதல் அடிதானா? மேலும் அடிப்பார்களா? அடிதாங்கும் உடம்பா இது? பயமாய் இருந்தது. அடிவயிற்றில் மூத்திரம் முட்டியது.

திருப்பூர் மாநகராட்சி அலுவலகத்தின் புதிய கட்டடத்தின் பளபளப்பான வராந்தாவில் நின்றிருந்தபோதுதான் அது நடந்தது. வடக்குப் பகுதி வீட்டுவரி ஆய்வாளருக்காகக் காத்திருந்தேன். மதிய உணவுக்குப் பிறகான மந்தமான பகற்பொழுது. மண்டை யைப் பிளக்கும் வெயில். மின்விசிறிகள் அசுரவேகத்தில் சுற்றிக் கொண்டிருந்த அலுவலக அறையில் இன்னும் யாரும் வந்திருக்க வில்லை. என்னைப் போன்றே பலரும் வெளியே காத்திருந்தார் கள். ஆய்வாளரின் உதவியாளன் சின்னு செல்போனில் பேசிய படியே உள்ளே நுழைந்ததைப் பார்த்தேன். ஆய்வாளர் வருவாரா என அவனிடம் கேட்கலாமா என்று நினைத்த அந்த நொடியில் தான் அவசரமாய் வெளியே பாய்ந்தான். ஏற்கெனவே அறிமுக மானவன். முகத்தைப் பார்த்தால் தெரிந்துகொள்வான் என்று

தயங்கியபடியே சிரித்தேன்.

என் சட்டைப் பாக்கெட்டுக்குள் பணத்தைத் திணித்துவிட்டு "இத வந்தர்றேண்ணா" என்று கூட்டத்துக்குள் நுழைந்து மறைந் தான் சின்னு. என்ன இது என்று யோசித்தவாறே பையிலிருந்து பணத்தை எடுத்த மறுநொடியில் யாரோ ஒருவன் என் வலது கையைப் பற்றினான். அதுவரையிலும் அவன் என் அருகில்தான் நின்றிருந்தானா? என்னால் உறுதியாய் சொல்ல முடியவில்லை. கையை அசைக்கமுடியாத முரட்டுப் பிடி. அதற்காகவே காத்திருந்தவன்போல கையில் காமிராவுடன் என் எதிரில் வந்து நின்றான் இன்னொருவன். பிளாஷ் வெளிச்சம் பளிச் பளிச்சென மின்ன படங்கள் எடுத்தான். மந்தமாய் சோம்பிக் கிடந்த வராந்தா பரபரப்படைந்தது. மளமளவென ஆட்கள் சூழ்ந்தனர். எங்கிருந் தார்கள் இத்தனை பேர்? செல்போன்களில் படமெடுக்கும் ஆவலுடன் நெருக்கியடித்தனர். "வெலகுங்க... வெலகுங்க" என்று கூட்டத்தை விலக்கி என்னை அறைக்குள் அழைத்துச் சென்றனர் இருவர்.

அப்போதும் என்ன நடக்கிறதென்று எனக்குப் புரியவில்லை. அவர்களிடம் கேட்கவேண்டும் என்று நினைக்கிறேன். ஆனால் என்னால் பேசமுடியவில்லை.

அறைக்குள் ஒரு ஸ்டூலின் மீது உட்காரச் செய்தார்கள். காமிரா வுடன் அவன் தயாராய் நின்றான். தண்ணீர் நிறைந்த கண்ணாடி டம்ளரில் விரல்களை நனைக்கச் சொன்னபோது காரணமின்றிக் கண்ணீர் பெருகிற்று. விரல் பட்டதும் தண்ணீர் ஊதா நிறமானதை நான் வெறுமனே பார்த்துக் கொண்டிருந்தேன். அவை என் விரல்கள்தானா? தண்ணீர் எப்படி நிறம் மாறிற்று? எதுவும் எனக்குப் புரியவில்லை. சற்று நேரமாக என்னைச்சுற்றி நடப்பவை அனைத்துமே அப்படித்தான். எல்லாமே என்னை மீறி நிகழ்ந்தன. என் உடல் நடுங்கியபடியே இருந்தது. யாரிடமாவது எதையாவது சொல்ல முற்பட்டு உதடுகள் பிதற்றின. யாரும் கண்டுகொள்ளவு மில்லை. என்னிடம் யாரும் எதுவும் கேட்கவுமில்லை.

சின்னுவைத் துரத்திக்கொண்டு ஓடியவர்கள் திரும்பி வந்தனர். வேர்வையில் நனைந்த உடையுடன் மூச்சுவாங்க ஆத்திரத்துடன் உள்ளே வந்தவன் என்னை முறைத்துப் பார்த்தான். உதட்டிலிருந்து மோசமான கெட்டவார்த்தை எச்சிலுடன் தெறித்தது. அவனைப் பார்த்துக்கொண்டிருக்கும்போதே பளாரென்று அறைந்தான். சின்னு அவன் கையில் சிக்காத ஆத்திரம். என்னால் தலைநிமிர்த்த முடியவில்லை. அவமானம். பயம். என்னவென்று தெரியாத

குழப்பம். முதுகில் கைவைத்து என்னை இழுத்து எழச்செய்தான். மறுபடியும் அடிக்கிறானா? உடல் தன்னால் வளைந்து பதுங்கியது. நடுங்கும் கால்களுடன் அடியெடுத்து வைத்தேன். பாதங்கள் காற்றில் அலைந்து தடுமாறின. உதட்டிலும் கன்னத்திலும் பொங்கியது வலி. விண்ணென்று தலை மொத்தம் கனத்தது.

வெளியில் வந்தபோது மஞ்சள்வெயில் முகத்தில் அறைந்தது. தாகம். உதடுகள் வறண்டு தவித்தன. காரில் ஏறியதும் வலப்பக்கம் ஒருவனும் இடப்பக்கம் மற்றவனுமாய் என்னை நெருக்கி அமர்ந்தனர். என்னை அறைந்தவன் யார் என்று எனக்குத் தெரியவில்லை. தண்ணீர் கேட்கலாமா என்று முகம் பார்த்தபின் தலை குனிந்தேன். கூடியிருந்தவர்கள் கண்கள் மொத்தமும் என்னை மொய்த்திருப்பதை உணரமுடிந்தது. எங்கே அழைத்துச் செல்கிறார்கள்? யாரிடமாவது கேட்கலாம் என்று தலைதிருப்பியபோது வாகன வரிசையில் என் வண்டியைக் கண்டேன். "வண்டி நிக்குது" என் குரல் மிக பலவீனமாய் ஒலித்தது. காதில் விழாததுபோல சாலையில் நிலைகுத்திய பார்வையுடன் இருவரும் வீற்றிருக்க நான் திரும்பிப் பார்த்தேன். கூட்டம் கலைந்து நகர்ந்தது.

கார் புஷ்பா தியேட்டரை நெருங்கியபோதுதான் என் சட்டைப் பையிலிருந்த செல்போன் ஒலித்தது. இத்தனை நேரமும் நான் ஏன் இதை கவனிக்கவில்லை? தங்கராஜை அழைத்து தகவல் சொல்லியிருக்கலாம். என்னவென்று சொல்வது? இதற்குள் வலதில் இருந்தவன் என் சட்டைப்பையிலிருந்து செல்போனை வெளியில் எடுத்துப் பார்த்தான். தங்கராஜ்தான் அழைக்கிறான். ஓட்டுநர் அருகே தோரணையாய் நறுக்கு மீசையுடன் இருந்தவர் அதிகாரியாய் இருக்கவேண்டும். "இந்தாளுதா?" என்று கேட்க வெறுமனே தலையாட்டினான். "அணைச்சு பையில போடு" என்றதும் இவன் அவசரமாய் தொலைபேசியை அணைத்து தன் பையில் போட்டான். "என் பையன்தான். என்னன்னு கேட்டுக்கறேன்" என்று நான் சொன்னதை யாரும் கண்டுகொள்ளவில்லை.

அவிநாசி சாலையில் கார் விரைந்தபோது ஊரை விட்டு வெளியே போகிறோம் என்பது உறுதியானது. அத்தனை நேரமும் பீதியில் அல்லாடிக் கிடந்த மனம் மேலும் தடதடத்தது. இவர்கள் லஞ்ச ஒழிப்புத் துறையினர்தான். அதில் சந்தேகம் இல்லை. ஆனால் என்னை எதற்கு அழைத்துச் செல்கிறார்கள்? பணத்தை என் பையில் திணித்த சின்னு ஓடிவிட்டான். அவனைத்தானே பிடிக்கவேண்டும். அதற்காகத்தானே வந்திருக்கிறார்கள். அவனை விட்டுவிட்டு என்னை ஏன் அழைத்துச் செல்கிறார்கள். எங்கே

அழைத்துச் செல்கிறார்கள்? என்ன செய்வார்கள்? திரைப்படங் களில் பார்த்த விசாரணைக் காட்சிகள் அடுத்தடுத்து மனதில் விரிய அடிவயிறு முட்டியது. யாராவது நான் சொல்வதைக் காது கொடுத்து கேட்டால் பரவாயில்லை. கூடவே நான் சொல்வதை நம்பவேண்டுமே என்ற சந்தேகமும் எழுந்தது. வேறென்ன வழி?

கண்களை மூடிக்கொண்டேன். இதுமாதிரி இக்கட்டான தருணங்களில் செந்திலாண்டவனை நினைத்து பிரார்த்திக்க வேண்டும் என்று சரோ சொல்வாளே! அப்படிச் செய்யலாமா? அவள்தான் இன்னும் நான் வீடு திரும்பவில்லை என்று கவலைப் பட்டிருப்பாள். வாசல் திண்ணையில் அமர்ந்து பாதையில் ஒரு கண்ணும் பட்டுநூலில் ஒரு கண்ணுமாய் நூல் திருத்திக் கொண் டிருப்பாள்.

சாயங்கால வெயில் காரின் கண்ணாடியில் சுடர்ந்து முகத்தில் படிகிறது. எத்தனை நேரம் விசாரிப்பார்கள்? விசாரணை முடிந்த பின் வீட்டுக்கு அனுப்பிவிடுவார்களா? இப்போது காரில் அழைத்துப் போகிறார்கள். அநேகமாய் கோயமுத்தூருக்குத்தான். திரும்ப இப்படியே அழைத்துவருவார்களா? வேண்டாம். ஆளை விட்டால் போதும். பஸ் பிடித்து ஓடிவந்துவிடலாம். வண்டி முனிசிபல் அலுவலகத்தில் கிடக்கிறது. அதே இடத்தில் நிற்குமா? காலையில் போய் எடுத்துக்கொள்ள முடியுமா? போனில் பேச அனுமதித்தால் தங்கராஜிடம் சொல்லி எடுத்துவரச் சொல்லி விடலாம். அப்படியே பேச அனுமதித்தாலும் இப்போது எங்கே யாருடன் இருக்கிறேன் என்று என்ன சொல்ல? எனக்கே உத்தரவாத மாய் தெரியவில்லை. கடவுளே! ஏன் இன்றைக்கு இங்கே வந்து இப்படி மாட்டிக்கொண்டேன். சந்தியா வீடு கட்டத் தொடங்கிய நாளிலிருந்தே இப்படித்தான். ஏதாவது ஒரு பிரச்சினை திண்ணை யில் வந்து சப்பணங்கால் கட்டி உட்கார்ந்துவிடுகிறது.

கல்யாணத்துக்கு முன்பே அவளுக்கென வாங்கி வைத்த மனைதான். பொம்மநாயக்கன்பாளையத்தில் பாறைக்குழியை அடுத்து அப்போது சலீசாகக் கிடைத்ததென்று வாங்கிப்போட்டது. ஐந்தரை செண்ட் பூமி வெறும் நாற்பதாயிரம் ரூபாய்தான். இப்போது செண்ட் ஐந்து லட்சத்திற்கு கேட்கிறார்கள். வாஸ்து வந்து அமரும் நாள் பார்த்து வீடு கட்ட பாலக்கால் பிடித்தபோதே சிக்கல். மனையை அளக்கும்போதுதான் பக்கத்து மனைக்காரன் ஒன்றரை அடியைச் சேர்த்து வீடு கட்டியிருப்பது தெரிந்தது. தெற்கத்திக்காரன். போன வருடம்தான் நிலத்தை வாங்கி வீட்டைக் கட்டியிருக்கிறான். எத்தனை முறை அளந்தாலும் கிழ புறம்

ஒன்றரை அடியைக் காணவில்லை. தங்கராஜை அனுப்பி காலனி வெங்கட்ராமனை அழைத்து வரச் சொன்னேன். நல்லவேளையாய் வீட்டில் இருந்தார். வெங்கட்ராமனுக்கு மனை விவகாரங்கள் அத்துபடி. வெற்றிலையை மென்றபடியே பத்திரத்தை வாங்கி நிதானமாகப் பார்த்தார். வேட்டியை மடித்துக்கொண்டு கிழமே லாய் நடந்தார். விலகி நின்று பார்த்தார். வெற்றிலை எச்சிலைத் துப்பிவிட்டு கிளுவை வேலியை அடுத்த வேப்பமர நிழலில் வந்தமர்ந்தார். "சப்ஜார்டா ஒண்ணரை அடி சேத்துத்தான் கட்டிருக்கான். என்ன பண்ணலாம்? வீட்டுல ஆள் இருக்கானா? பாத்திங்களா?"

நான் ஏற்கெனவே விசாரித்திருந்தேன். வீட்டு வாசலில் அவரது புல்லட் நின்றிருந்தது. தங்கராஜ் வீட்டுக் கதவைத் தட்டினான். கழுத்தில் புரளும் தடிமனான தங்கச் சங்கிலியுடன் வெளியில் எட்டிப் பார்த்தார். சிவந்த கண்கள். முண்டாபனியன். முடியடர்ந்த திடமேனி. அவரைக் கண்டதும் சட்டென்று எனக்குள் பயம் தொற்றியது.

வெங்கட்ராமன் அருகில் அமர்த்தி விபரங்களைச் சொன்னார். பொறுமையாகக் கேட்டவர் எழுந்து சென்று பத்திரத்தின் நகலை எடுத்து வந்தார். செக்கு பந்தியில் எந்தக் குழப்பமும் இல்லை. கச்சிதமான அளவுடன் கணக்காய்ப் பொருந்திப் போனது. வீட்டை அளந்து பார்க்கலாமா என்று தயக்கத்துடன் வெங்கட்ராமன் கேட்டபோது அவர் கோபித்துக் கொள்ளவில்லை. "சந்தேகம்னு வந்துட்டா அதைச் சரி பண்ணிட்டாத்தான் ஆச்சு. என்ன இருந்தாலும் அடுத்த வீடு. ஆரம்பத்துலயே பிரச்சினைன்னா சரிப்பட்டு வராதில்ல" என்றபோது என் பயம் தணிந்தது. ஆளைப் பார்த்து எடைபோட்டுவிட முடியாது. வீட்டை அளந்து பார்த்ததில் கிழக்குப் பக்கம் அந்த ஒன்றரை அடி இடித்தது. அடுத்த மனைக்காரன் கற்களை மாற்றிப் போட்டிருக்கிறான். ஒன்றரை அடிக்காக இனி காம்பவுண்டை நகர்த்த முடியாது என்பதால் வெங்கட்ராமன் சொன்னபடி அதற்கான தொகையைத் தந்துவிடுவது என்று சுமுகமாய் முடிவானது. அஸ்திவாரம் தோண்டும்போது அடுத்த பிரச்சினை. இரண்டடிக்கு மேலே எந்தப் பக்கமும் கடப்பாரை இறங்கவில்லை. எல்லாப்பக்கமும் பாறை.

தோளைத் தட்டி உலுக்குவதை உணர்ந்து கண் திறந்தேன். கோயமுத்தூருக்கு வந்ததே தெரியாமல் நான் தூங்கியிருக்கிறேன். எப்போது எப்படிக் கண்ணசந்தேன்? எந்த இடம் இது? மையிருட்டு. வாசல் முகப்பில் மங்கலான வெளிச்சம். மரங்கள்

நிறைந்த சாலையில் நடமாட்டம் இல்லை. தொலைவில் ஆறடுக்குக் கட்டடத்தின் உச்சியில் நியான் விளக்குகள் ஒளிர்ந்தன. அலுவலகமாய் மாற்றப்பட்ட பழைய பங்களா. முன்னறையில் இருந்தவன் எழுந்து சல்யூட் வைத்தான். இடதுபக்க அறையில் இரண்டு நாற்காலிகள். நீண்ட மரபெஞ்சு. செய்தித்தாள்கள் அடுக்கிக் கிடந்தன. அடியில் படுத்திருந்த வெள்ளை நிறப் பூனை தலையுயர்த்திப் பார்த்துவிட்டு சுருண்டது.

''பாத்ரூம் போணுமா?'' புகைப்படம் எடுத்தவன் கேட்டான். அத்தனை நேரமும் எப்படி அந்த உணர்ச்சி மரத்துப் போயிருந்தது என்று தெரியவில்லை. அவன் பின்னால் போனேன். வீட்டைச் சுற்றிய சிறிய பாதை. அடுத்திருந்த பங்களாவிலிருந்து உரத்த குரலில் யாரோ பாடுவது போலிருந்தது. பவழமல்லியின் வீரியமான மணம். ஆஸ்பெஸ்டாஸ் கூரையுடன் கூடிய கழிவறை. குழாயில் தண்ணீர் சொட்டியது. நிற்காமல் பெருகிக் கொட்டியது மூத்திரம். அடிவயிறு காலியாகியதும் நிதானமானேன். பின்னங் கழுத்தில் வேர்வை. முகம் கழுவினால் நன்றாக இருக்கும். கைகளில் தண்ணீரைப் பிடித்து முகத்தில் அடித்துக் கழுவினேன். தீயாய் எரிந்தன உதடுகள். வீக்கத்தை உணர முடிந்தது. மீண்டும் பயம் தொற்றிக்கொண்டது. வாயைக் கொப்புளித்துத் துப்பிய போது கதவைத் தட்டினான் அவன். முகத்தைத் துடைத்தபடியே வெளியே வந்தபோது அவன் முறைத்தான். பொறுமையின்றிக் காத்திருந்தவன் முன்னால் நடக்க அவனைத் தொடர்ந்தேன். எந்த வீட்டிலோ சமைக்கிறார்கள். மசாலின் மணம். பசித்தது. அவனிடம் கேட்கலாமா என்று எண்ணிய நொடியில் அறையில் என்னை அமர்த்திவிட்டு அகன்றான். இவர்களுக்கென்று இணக்க மற்ற முகம் எப்படி அமைகிறது?

விரல்களில் ஊதாநிறம் இன்னும் ஒட்டியிருந்தது. வெறித்துப் பார்த்தேன். இதுதான் ஆதாரம். நான் லஞ்சம் வாங்கியவன் இல்லை. கொடுத்தவன். கொடுக்க முயன்றவன். கொடுப்பதும் கொடுக்க முயல்வதும்கூட குற்றம்தானா? குற்றம் என்றால் என்ன தண்டனை? பெறுபவர் யாருமின்றி, தர முயன்றதை மட்டும் குற்றமாக்கி தண்டனை தர இயலுமா? இதெல்லாம் தேவையா எனக்கு? எதற்கு அந்த நேரத்தில் அந்த இடத்தில் போய் நின்றேன். புறப்படும்போதே சரோஜா சொன்னாள் ''வெயில்தாழப் போலா மில்லே?'' அவள் பேச்சைக் கேட்டு சற்றே தாமதித்து வந்திருந்தால் கூட அங்கே நான் இருந்திருக்கமாட்டேன். இந்தக் காட்சி களெல்லாம் நடந்து முடிந்திருக்கும். ஆய்வாளர் வரவில்லை என்று நானும் வீடு திரும்பியிருப்பேன். தறிக்குழியில் இறங்கி

வாட்டம் போட்டிருப்பேன். நாலு முழம் நெய்திருக்க முடியும். எல்லாம் கெட்டநேரம்தான். அதுதான் என்னை அப்போது அங்கே நிற்கச் செய்திருக்கிறது. அத்தனை பேர் வராண்டாவில் காத்திருக் கும்போது சின்னு என்னுடைய பாக்கெட்டில் பணத்தை ஏன் திணிக்கவேண்டும்? அவன் என்னைத் தெரிந்தெடுக்கவில்லை, கெட்ட நேரம்தான் என் பாக்கெட்டில் கை நுழைத்திருக்கிறது. கெட்ட நேரம் ஊதா நிறத்தில்தான் இருக்குமோ?

யாராவது வந்து பேசினால் பரவாயில்லை. இப்படி திம்மென்று சத்தமேயில்லாத இடத்தில் தனிமையில் இருத்திவிட்டுப் போவதையே தாங்க முடியவில்லை. எதற்காகக் காத்திருக்கிறோம் என்பதே தெரியாமல் இப்படி சும்மா உட்கார்ந்திருப்பது பெரும் தண்டனை. உள்ளே போய் நாமே கேட்கலாமா? எதுக்கு சார் என்னை அழைச்சிட்டு வந்திருக்கீங்க? நான் என்ன தப்பு பண்ணினேன் சார்? அப்போது பதில் சொல்வார்கள்தானே? பதில் சொல்லாமல் பளாரென்று மறுபடியும் அறைந்தால் என்ன செய்வது? ஏற்கெனவே விழுந்த அடி இன்னும் வலிக்கிறது. அறை விழும் என்ற எண்ணம் வந்ததும் கால்கள் நடுங்கின. உடல் வேர்த்தது. ஆமாம். அடிப்பார்கள். எந்த நேரத்திலும் யாராவது ஒருவர் வந்து என்னை உள்ளே அழைத்துச் செல்லக்கூடும். இரண்டொரு கேள்விகளுக்குப் பிறகு நிச்சயமாய் அடி விழும். அடியைத் தாங்கும் தெம்பில்லை. லேசாகத் தட்டினாலே உடைந்து நொறுங்கிவிடுவேன். என்ன சொல்லி அடிப்பார்கள்? லஞ்சம் குடுக்க வந்தியா? யாருக்குத் தர வந்தே? எத்தனை? இவ்வளவு தானே? இதில் என்ன பிரச்சினை? உள்ளதைச் சொல்லிவிட்டால் போதும்தானே? இதில் அடிவாங்க என்ன இருக்கிறது? அவர்கள் லஞ்சம் வாங்கும் அதிகாரியை, அவனது கைத்தடி சின்னுவைக் கையும் களவுமாகப் பிடிக்க வந்தவர்கள். அவன் சிக்கவில்லை. வாசலில் நின்ற என்னிடம் பணம் இருந்தது. அதனால் என்னைப் பிடித்துவிட்டார்கள். அவர்களுக்கே தெரியும். சின்னு ஓடும்போது என் பாக்கெட்டில் பணத்தைத் திணித்துவிட்டு ஓடிவிட்டான் என்று. இதற்கு மேலும் அவர்கள் கேட்பதற்கு எதுவுமில்லை. எனக்குச் சொல்லவும் எதுவுமில்லை.

விசாரிக்க எதுவுமில்லை என்று மனம் நம்பத் தொடங்கியதும் சற்றே சமாதானமானேன். காத்திருக்கலாம். வேறு வழியில்லை. எப்படியும் இன்றைய இரவு இங்கேதான். வீட்டுக்கு ஒரு தகவல் சொல்லிவிட்டால் போதும். அவசர வேலையாக கோயமுத்தூ ருக்கு வந்திருக்கிறேன், காலையில் வந்துவிடுகிறேன் என்று சொல்லலாம். அப்படி என்ன அவசர வேலை என்று கேள்வி

எழும். காலையில் வீட்டுக்குப் போய் நடந்ததைச் சொல்லிக் கொள்ளலாம். இப்போதைக்கு நான் பத்திரமாக இருக்கிறேன் என்று சொன்னால் போதும். மணி என்ன இருக்கும்? ஏழு அல்லது ஏழரை. இந்நேரம் என்னைக் காணவில்லை என்று தங்கராஜ் முனிசிபாலிடிக்கு போயிருப்பான். கேட்பாரற்று நிற்கும் வண்டியைப் பார்த்திருப்பான். நான் எங்கே என்று விசாரிப்பதற்கு அங்கே யார் இருப்பார்கள்? வாட்ச்மேன்தான். என்னைத்தான் அழைத்து வந்தார்கள் என்று அவனுக்குத் தெரியாது. ஆனாலும் அவன் சொல்லக்கூடும். ''மத்தியானமா ஒருத்தரை அரெஸ்ட் பண்ணிட்டாங்களே. சந்தனக்கலர் சட்டைபோட்டுட்டு...'' என்று உத்தேசமாய் அவன் சொன்னாலே போதும். துன்பம்தான். அந்த நேரத்தில் அந்த வாட்ச்மேன் அங்கிருந்தானா? மதியம் இருந்தவன் தான் இப்போது இரவுப்பணியிலும் தொடர்ந்திருப்பானா? அவனே இல்லையென்றாலும் இந்நேரம் அவரவர் கற்பனைக் கேற்ப ஜோடித்த கதைகள் எத்தனை பேரைச் சென்றடைந் திருக்கும். தங்கராஜுக்கோ சரோஜாவுக்கு இந்தக் கதைகள் எட்டாத வரையிலும் இன்றைய ராத்திரியிலாவது கொஞ்சம் தூங்குவார்கள். இல்லை, அவர்கள் இன்னதென்று தெரியாமல் தேடிக்கொண்டு தான் இருப்பார்கள். கண்மூடித் தூங்க முடியாது. இங்கேதான் இருக்கிறேன் என்று தகவல் சொல்லிவிட்டால் கொஞ்சம் நிம்மதி.

வெளியில் எட்டிப் பார்த்தேன். உள்ளறையில் நடமாட்டம் இல்லை. முன்னறையில் இருந்த காவலனையும் காணவில்லை. எழுந்து வெளியே போகலாமா? யாரும் இல்லையென்றால் அப்படியே இருட்டில் ஓடித் தப்பிவிடலாமா? நிச்சயமாய் இது கோயமுத்தூர்தான். தெருவிலிருந்து வெளியே போய்விட்டால் எந்த இடம் என்று தெரிந்துவிடும். அதற்குப் பிறகு ஏதேனும் பஸ்ஸைப் பிடித்து ஓடிவிடலாம். எழுந்து நின்றபோதே உடல் நடுங்கியது. உதடுகள் வறண்டன. என்னால் முடியுமா? அப்படி யெல்லாம் தப்பி ஓடுவது சாத்தியம்தானா? அவ்வளவு பாது காப்பில்லாமல் அலட்சியமாகவா இருப்பார்கள்? ஒருவேளை இதுவும் என்னைச் சிக்கவைக்கும் தந்திரம்தானா? யாருமில்லாத போது நான் என்ன செய்கிறேன் என்று கண்காணிக்கக்கூடும். இந்த அறையின் மூலையில் கேமிரா இருக்கும். ஆமாம், கண்ணுக்குத் தென்படாமல் என்னை கண்காணித்துக் கொண்டுதான் இருக்கும். நல்லவேளை நான் எழுந்து செல்லவில்லை. அப்படி எதுவும் செய் திருந்தால் வாசலோடு என்னை அள்ளிக்கொண்டு வந்திருப்பார் கள். அதன் பிறகு விசாரணையே வேறுமாதிரிதான் இருக்கும். ''நீதான் தப்பே பண்ணலேங்கறே... அப்பறம் எதுக்கு ஓடப்

பாத்தே?''

முன்னறையில் காலடியோசை கேட்டது. எட்டிப் பார்த்தேன். முன்பு இருந்தவன்தான்.

''சார்...''

திரும்பிப் பார்த்தான்.

''ஒரு போன் பண்ணணும்...''

''யாருக்கு?''

''வீட்ல சொல்லணும். அப்பிடியே அழைச்சிட்டு வந்துட் டாங்க.''

அவன் எழுந்து அருகில் வந்தான். ''ஐயா இன்னம் வர்லை. அதான் வெயிட் பண்றாங்க. அவர் வந்ததுக்கப்பறந்தான் தெரியும். போனெல்லாம் பண்ண முடியாது.'' இளைஞன். விறைப்பான சீருடை அவனுக்குக் கச்சிதமாகப் பொருந்தியது.

தன் இருப்பிடத்துக்குத் திரும்பியவன் தலையைத் திருப்பிக் கேட்டான் ''பசிக்குதா?''

ஆமாம் என்று என் தலை அவசரமாய் அசைந்தது எனக்கே வியப்பளித்தது. எத்தனை இக்கட்டாய் இருந்தாலும் வயிறு தன் தேவையை மறப்பதில்லை.

வாட்ச்மேன் வழியாகத் தகவல் தெரிந்தாலும் தங்கராஜ் எங்கே என்று தேடுவான்? அங்கே போலிஸ் ஸ்டேஷனில் விசாரித்தால் சொல்வார்களாயிருக்கும். கோயமுத்தூருக்குத்தான் அழைத்துச் சென்றிருப்பார்கள் என்றாலும் இங்கே வந்து சேர முடியுமா? இந்த நேரத்தில் யாரிடம் உதவிக்குப் போவான் அவன். ராஜேந்திரன் மூலமாகத்தான் முயற்சி செய்வான். செய்திச் சேனலின் நிருபர் என்பதால் அவனுக்கு கொஞ்சம் செல்வாக்கு உண்டு. அப்படி யானால் கொஞ்சம் வாய்ப்பிருக்கிறது. எப்படியும் என்னை இன்றிரவு அழைத்துச் சென்றுவிடுவார்கள். இந்நேரம் திருப்பூரி லிருந்து புறப்பட்டிருப்பார்களா? 'அய்யா' என்று சொன்னானே இவன். யார் அந்த அய்யா? பெரிய அதிகாரியாக இருக்கக்கூடும். அவர் வந்தபின்புதான் விசாரிப்பார்களா? அதற்குள்ளாக ராஜேந்திரன் யாரையாவது அழைத்து வந்தால் பரவாயில்லை. மேலும் அடிவாங்காமல் தப்பிக்கலாம். அப்போது அடித்ததுபோல ஆத்திரத்தில் கன்னத்தில் இரண்டு விழுந்தாலும் விழுந்ததுதானே. அதற்குப் பிறகு யார் வந்து சொல்லி என்னவாகப் போகிறது? இந்த இடம் வழக்கமான போலிஸ் ஸ்டேஷன் போல் இல்லை.

வீடுமாதிரிதான். ஆனாலும் இப்படி இம்மியளவு சத்தமில்லாமல் இருப்பதே அடிவயிற்றில் பயத்தைக் கிளப்புகிறது.

'மியாவ்' சத்தத்துடன் பூனை தலை தூக்கி அறை வாசலைப் பார்த்தது. இரண்டு கண்கள் மட்டுமே உற்றுப் பார்க்கும் படத்துடனான ஆரஞ்சுநிற பனியன் அணிந்த சிறுவன் எட்டிப் பார்த்தான். 'இவருக்கா?' என்று கேட்டபடியே பெஞ்சின் மேல் ஒரு பொட்டலத்தை வைத்தான். குருமாவின் வாசனை பசியைக் கிளர்த்தியது. நம்பி இதைச் சாப்பிடலாமா? இதற்குள் எதையும் கலந்திருப்பார்களா? என்னைப் பேச வைப்பதற்காக மயக்கமருந்து எதுவும் இருக்குமா? நான்தான் பேசத் தயாராய் இருக்கிறேனே. கேட்கத்தான் யாரும் இல்லை. எதுவும் இருக்கட்டும். இனியும் பசி பொறுக்க முடியாது. வாசனை வேறு கமகமவென்று அசத்துகிறது. பொட்டலத்தை எடுக்க நினைத்த கணத்தில் முன்னறையில் இருந்தவன் ''தண்ணி இங்க இருக்குது. புடிச்சிக்குங்க'' என்றான். வெளியில் வந்து தம்ளரில் தண்ணீரைப் பிடித்தேன். எட்டுவைத்து நடந்ததில் சற்றே ஆசுவாசம் கொண்டேன். காவலரின் மேசையிலும் அதேபோல பொட்டலத்தைக் கண்டதும் நம்பிக்கை வந்தது.

புரோட்டா. பூனையின் வெறித்த கண்கள் உற்றுப் பார்த்திருக்க நான் குருமாவைப் புரட்டித் தின்றேன். வாயைத் திறக்கும்போது இடதுபக்கமாய் வலி சுண்டியது. ருசியான சைவக் குருமா. இந்த நேரத்திலும் என்னால் அதன் ருசியைப் பாராட்டாமல் இருக்க முடியவில்லை. மூளையின் ஒவ்வொரு திசுவும் தினுசு தினுசாக இயங்குவதாய்ச் சொல்வார்கள். என்னால் அப்போது கொஞ்சம் புரிந்துகொள்ள முடிந்தது. அடி வாங்குவது கிடக்கட்டும், இப்போதைக்கு நீ புரோட்டாவை குருமாவில் குழைத்துப்போடு எனக் கட்டளையிட்டது மூளை. மெல்லும்போது வலித்தது. ஆனாலும் மெதுவாகத் தின்று முடித்தேன். இலையை மடித்துப் பொட்டலத்தைக் குப்பைத் தொட்டியில் எறிந்த பின் தண்ணீரைக் குடித்தேன். உள்ளே வந்து நாற்காலியில் சற்றே சாய்ந்து உட்கார்ந்தேன். குருமாவின் காரம் காயத்தில் இன்னும் எரிந்தது. விட்டால் அந்த பெஞ்சில் அப்படியே சாய்ந்து கண்ணசந்திருப்பேன். அந்த அமைதி என்னைத் தூங்கவிடவில்லை. அதன் ரீங்காரம் என்னை எச்சரித்தபடியே ஒலித்தது.

வீட்டில் இருந்தாலும் வேறொன்றும் வித்தியாசமாய் நடந்திருக்காது. நரையிருட்டு விழுந்தபின் தறியில் வாட்டம் போடும் பழக்கமில்லை எனக்கு. குளித்துவிட்டு வந்ததும் பால் இல்லாத

சூடான டீ. அரைக்கைச் சட்டையை உதறி அணிந்தபடி வெளியில் இறங்கும்போது வாசல் திண்ணையில் கவிழ்ந்து வீட்டுப்பாடம் எழுதிக்கொண்டிருக்கும் பேத்தி சத்தமாய் கேட்பாள் ''புள்ளா கோயிலுக்கா தாத்தா?'' வீட்டுப்பாடம் பாக்கியிருக்கும்போது என்னுடன் கைபிடித்து நடந்துவர அவளுக்கு அனுமதி கிடையாது. இரண்டாவது தெருவின் முனையில் வேம்பும் வாகையும் புங்கையும் பன்னீர் மரங்களும் அடர்ந்த நந்தவனத்துக்கு நடுவில் அரசமரத்தடியில் பிள்ளையார் கோயில். பறவைகள் அடையும் கிளைகளைப் பார்த்தபடி மூன்று சுற்றுகள் நடந்துவிட்டு வீடு திரும்பும்போது சரோஜா கோதுமை தோசை வார்த்திருப்பாள். தொலைக்காட்சியில் ஏதேனுமொரு காட்சியின் கண்ணீர் பெருக்கெடுத்திருக்கும். எனக்கு அவற்றில் ஆர்வமில்லை. திண்ணையில் வந்தமர்ந்து அடுத்த நாள் நெசவுக்கான கண்டிக்கை இழைகளைச் சுற்றத் தொடங்குவேன். ஷிப்டு முடிந்து லைன் வீட்டுக்குத் திரும்பும் தேர்ப்பட்டிக்கார பொன்னான் ''இன்னிக்கு பேப்பர் பாத்தீங்களா பாவா?'' என்று அட்டலாங்கால் போட்டுக்கொண்டு எதிர்த் திண்ணையில் உட்கார்ந்து கொள்வார். மிளகுப் பாலும் மாத்திரையுமாய் சரோஜா திண்ணைக்கு வரும்போது மணி பத்தாகியிருக்கும். பொன்னான் எழுந்துபோக மாத்திரையைப் போட்டுக்கொண்டு படுத்துவிடுவேன்.

இன்றைக்கு மாத்திரை போட்டுக்கொள்ள முடியாதா? ஒருநாள் போடாவிட்டால் ஒன்றும் ஆகிவிடாதுதான். இதற்கு மேல் என்ன ஆகவேண்டும். மாத்திரை போட்டால் மட்டும் இந்த படபடப்பும் கொதிப்பும் அடங்கிவிடுமா என்ன? மணி இன்னும் பத்து ஆகியிருக்காது. உடல் களைத்திருந்தபோதும் தூக்கம் வரவில்லை. பூனை எழுந்து வாசலுக்கு ஓடியது. சட்டென்று பரபரத்தது வளாகம். அய்யா வந்திருப்பாரோ? தொண்டை அடைத்தது. வேர்வை பெருக்கெடுத்தது. உடல் நடுங்கியது. தலை கிறுகிறுக்க கண்களைத் தேய்த்தேன். தடுமாறினேன். யாரும் சொல்லாமலே எழுந்து நின்றேன்.

''என்னய்யா நீங்க... பெருமாளைப் புடிங்கடான்னா பேனைப் புடிச்சிட்டேன்னு நிக்கறீங்க? எப்பிடி மிஸ் ஆச்சு?'' அய்யாவின் குரல் அறையைக் கடந்து போனது. பிசிறற்ற கறாரான குரல். புத்தியில் தைக்கும்படியான கச்சிதம். யாரும் பதில் பேசவில்லை. என்ன வயதிருக்கும்? என்னைப் போல் ஐம்பதைக் கடந்திருப்பாரா? தோற்றத்தைக் கொண்டே போலிஸ் கண்கள் குற்றவாளியைக் கண்டுபிடித்துவிடும் என்று சொல்வார்கள். என்னைப் பார்த்தால் அய்யாவின் போலிஸ் கண்கள் நான் அப்பாவி என்று

தெரிந்துகொள்ளுமா?

எந்த நேரமும் என்னை அழைப்பார்கள் என எதிர்பார்த்து நின்றிருந்தேன். கால்களின் நடுக்கத்தை என்னால் கட்டுப்படுத்த முடியவில்லை. வீங்கிய உதடுகளைத் தன்னிச்சையாகத் தடவி மீண்டது நாக்கு.

பூனை மறுபடியும் உள்ளே பாய்ந்து வந்தது. நிற்கும் என்னைப் பார்த்து ஒருகணம் உடல் மடங்கி நிதானித்தது. மீசை மயிர்கள் சிலிர்த்து நின்றன. 'ம்யாவ்...' என் மீதான பார்வையை மாற்றாமலே பதுங்கி ஓரமாய் நகர்ந்து இருப்பிடத்தை அடைந்து சுருண்டது.

முன்பு காரில் என் இடப்பக்கமாய் அமர்ந்திருந்தவன் எட்டிப் பார்த்தான்.

''வாய்யா.''

எடையற்ற சக்கைபோலத் தடுமாறி நடந்தேன். உள்ளங்கை ஈரத்தைச் சட்டையில் துடைத்தபடி அவனைத் தொடர்ந்தேன். அடுத்தடுத்து சிறிதும் பெரிதுமான அறைகள். இருட்டும் வெளிச்சமுமான வழிகள். வெகுதூரம் நடப்பதுபோலிருந்தது.

நீளவாக்கிலான பெரிய அறைக்குள் பிரகாசமான வெளிச்சம். சிகரெட் புகை நெடியுடன் அலைந்தது. இடதுகோடியில் அகலமான மேசை. கணினித் திரையில் காட்சிகள் அசைந்தன. கோடு போட்ட சட்டை அணிந்தவர் உற்றுப் பார்த்துக்கொண்டிருந்தார். கையில் சிகரெட் புகைந்திருந்தது. அவர்தான் அய்யாவாக இருக்கவேண்டும். நான் அறைக்குள் நுழைந்ததும் என்னைத் திரும்பிப் பார்த்தார். கொழுத்த கன்னங்களுடனான மீசையற்ற முகம். வடக்கத்தியரோ? கோடு போட்டாற்போட்ட சிறு கண்கள் என்னைத் துளைத்தன. வணக்கம் வைக்கவேண்டுமா இல்லையா என்ற குழப்பத்துடன் நின்றேன். இவனா என்பதுபோன்ற அலட்சியத்துடன் சிகரெட்டை ஆஷ்டிரேயில் போட்டு நசுக்கினார்.

''பேர் என்ன?''

என்னைத்தான் கேட்கிறார் என்பதே சிலநொடிகள் வரை உறைக்கவில்லை. தாமதமாய் ''அருணாச்சலம்'' என்றேன்.

''என்ன பண்றீங்க?''

''நெசவு. பட்டு நெசவு.'' பின்னொட்டாய் 'ங்க' சேர்க்க வேண்டுமா என்பதும் எனக்குக் குழப்பமாக இருந்தது. இல்லை 'சார்' சொல்லவேண்டுமா?

என் கைவிரல்களை அவர் பார்வை தொடுவதை உணர்ந்தேன். ஊதாநிறத்தின் மிச்சம் இன்னும் இருக்கிறதோ? மறுபடி ஒரு சிகரெட்டை பற்றவைத்தபடி புறங்கையை அசைத்தார். மீண்டும் திரையில் ஆழ்ந்தார். அதென்ன திரையில் தெரிவது நான்தானா? ஆமாம். அறைக்குள் என்னை அழைத்துச் செல்கிறார்கள். இன்று மதியம் நடந்தது. மண்டையில் வலி தெறித்தது. எல்லாவற்றையும் படம் பிடித்திருக்கிறார்கள். அதைத்தான் இவர் பார்த்துக்கொண் டிருக்கிறார். நடுக்கம் வலுத்தது.

''வாங்க'' என்று என்னை வெளியே அழைத்து வந்தான் அவன். அவ்வளவுதானா? விசாரணை முடிந்ததா? முன்னால் நடந்தவனிடம் கேட்கலாமா? இத்துடன் விட்டுவிடுவார்களா? இதைக் கேட்கத்தான் இத்தனை நேரமா? அதுதான் திருப்பூரிலேயே கேட்டு எழுதிக்கொண்டார்களே?

''இந்தாளை ஏன்யா அடிச்சீங்க?'' அய்யாவின் குரல் காதில் விழுந்தது. அவன் பதில் சொல்லியிருக்கவேண்டும். எனக்குக் கேட்கவில்லை.

மறுபடி அறைக்குள் வந்து நாற்காலியில் உட்கார்ந்ததும் அவன் திரும்பி உள்ளே போனான்.

''சார்'' என்று அவனை அழைத்தேன்.

திரும்பிப் பார்த்தான். ''வீட்டுக்கு எப்ப போ...'' முடிப்பதற்கு முன்பே அவன் உதடுகளின் மேல் விரலை வைத்துக் காட்டினான். ''அய்யா சொல்வாரு. பேசாம உக்காரு.'' விறுவிறுவென்று நடந்துபோனான்.

சோர்வுடன் உட்கார்ந்தபோது அழுகை வெடித்தது. வீங்கிய உதடுகளைப் பொத்தியபடி சத்தமில்லாமல் அழுதேன். எத்தனை வருடத்திற்குப் பிறகு இப்படி அழுகிறேன். பூனை தலை நிமிர்த்திப் பார்ப்பதை உணர்ந்தேன். ஒளிரும் அதன் கண்கள் உற்றுப் பார்த்தன. கைக்குட்டையால் முகத்தைத் துடைத்தபோது காலடியோசைகள் கேட்டன. வெளியே வருகிறார்களா? எழுந்து அறை வாசலில் நின்றேன். அய்யாவும் அவரைத் தொடர்ந்து பிறரும் வெளியே வந்தனர். நான் நிற்பதைக் கண்டதும் அய்யா நின்றார்.

''அய்யா நான் போலாங்களா?''

தலையசைத்தபடியே நகர்ந்தார் ''காலையில பாக்கலாம்.''

நான் அவசரமாய் ''வீட்டுல காணோம்னு கவலப்படுவாங்க

சார்'' என்று சற்று உரக்கவே சொன்னேன்.

திரும்பி அருகே வந்தவர் ''இன்பார்ம் பண்ணிருவாங்க'' என்று முகத்தை உற்றுப் பார்த்தார். நான் அழுதது தெரிந்துவிட்டதா?

வாகனம் புறப்படும் ஓசை. வெளிக்கதவைத் தாளிடுகிறார்கள். அய்யா போய்விட்டார். அவ்வளவுதான். இந்த ராத்திரியில் இங்கே தான் நான். இது ஜெயிலா? கம்பிகள் இல்லாத ஜெயில். இனி என்ன செய்வது? இந்தப் பூனையும் நானும்தானா இங்கே?

கான்ஸ்டபிள் உள்ளே வந்தான். ''தண்ணி வேணா அங்க இருக்கு. பாத்ரூம் போணும்னா சொல்லுங்க.''

நான் அவன் முகத்தையே பார்த்திருந்தேன். காரில் உடன் வந்தவன் பின்னால் வந்து நின்றான். ''உங்க வீட்டுக்கு இப்பவே சொல்லிர்லாமா? காலையில கூப்பிட்டுச் சொல்லவா? யார்கிட்ட சொல்லணும்?'' அவன் கண்கள் சிவந்திருந்தன. பணத்தை பாக்கெட்டிலிருந்து எடுத்த கணத்தில் என் கையைப் பற்றிய முரட்டுக்கை இவனுடையதுதான். எரிச்சலும் கோபமுமாய் தலை குனிந்தேன். யோசித்தேன். இப்போது இந்தத் தகவலைச் சொன்னால் அரண்டு போவார்கள். என்னவோ நடக்கட்டும். நிம்மதி யில்லாத இந்த ராத்திரியை நான் மட்டுமே அனுபவிக்கிறேன். விடியும்வரையிலும் அவர்களாவது சற்றே கண்ணசரட்டும்.

''காலையில சொல்லிக்கலாம்.''

எனக்கு யார் முகத்தையும் பார்க்க விருப்பமில்லை. இவர் களிடம் பேசுவதில் எந்தப் பயனும் இல்லை. அய்யா போய்விட்டார். வீடியோவையும் என்னையும் பார்த்துவிட்டு என்ன முடிவு செய்திருப்பார்? இவர்கள் எல்லோருக்கும் தெரியும். நான் அங்கே தற்செயலாய் நின்றிருந்தவன் என்றும் நான் எந்தத் தவறும் செய்யவில்லை என்றும் தெரியும். ஆனாலும் ஏன் இப்படி என்னை உட்காரவைத்திருக்கிறார்கள்?

கன்னத்தில் வழிந்த கண்ணீரைத் துடைத்தபடியே சுவரில் சாய்ந்து தரையில் அமர்ந்தேன். இதுபோலவொன்று எனக்கு நிகழும் என்று நான் கற்பனைகூடச் செய்ததில்லை. திருப்பூர் போலிஸ் ஸ்டேஷனையே பஸ்ஸில் போகும்போது பார்த்தது தான். தாலுகா ஆபிஸிற்குப் பின்னால் கோர்ட்டுக்குப் போகும் வழியில் ஜெயில் இருக்கிறதென்று சொல்லிக் கேள்விப்பட்ட தோடு சரி. அடுத்த ஆவணி வந்தால் ஐம்பத்தாறு முடிகிறது. இந்த வயதில் இப்படி வந்து கன்னத்தில் அறை வாங்கி இதையெல்லாம் அனுபவிக்க எழுதியிருக்கிறதா? சந்தியாவுக்குப் பிடித்திருக்கும்

ஏழரைநாட்டுச் சனி என்னையும் சேர்த்து ஆட்டிவைக்கிறதா? வீடு கிரகபிரவேசம் முடிந்து திருஷ்டிபூசணியின் நிறம்கூட இன்னும் மங்கவில்லை. என்னை இப்படிக் கொண்டுவந்து நிறுத்தியிருக் கிறது. வீட்டுவரி என்ன உண்டோ போடட்டும், கட்டித் தொலைக்கலாம் என்று விட்டிருக்கலாம். ஆய்வாளரைப் போய் பார்த்தால் வரியை மூன்றில் ஒன்றாக்கித் தந்துவிடுவார் என்று எல்லோரும்தான் சொன்னார்கள். அங்கே வந்தவர்களில் பாதிப்பேர் அதுபோன்ற காரியங்களுக்காகக் காத்திருந்தவர்கள் தானே? நான்மட்டும் என்ன பாவம் செய்தேன்? பதச்சோறு நான்தானா? இதுவரையிலும் அவர்கள் என்னைக் கேள்விகள் கேட்டுக் குடையவில்லை. பயமுறுத்தவில்லை. அதன் பிறகு அடிக்கவில்லை. அவ்வளவுதான். ஆனாலும் என்னை அனுப்பா மல் ஏன் இப்படி அடைத்துவைத்திருக்கிறார்கள்? இந்த ஒரு நாளின் அவஸ்தையை இல்லாமல் செய்யமுடியுமா? தவறிழைத் தவன் நிம்மதியாய் மனைவி மக்களோடு உறங்கிக் கிடப்பான். பழிசுமப்பவன் இங்கே பரிதவிக்கிறேன்.

''**எ**ழுந்திருய்யா'' என் தோளைத் தொட்டு உசுப்புதை உணர்ந்து கண்விழித்தேன். கான்ஸ்டபிள்தான். லுங்கியுடன் நின்றவனை சட்டென அடையாளம் தெரியாமல் குழம்பினேன். சுவரில் சாய்ந்து கால்களை நீட்டினேன். தலைவலி. கண்கள் காந்தின. நிறைய அழுதிருக்கிறேன். களைப்பில் அப்படியே படுத்திருக் கிறேன். இப்போது மணி என்ன? தாடையை மெல்ல அசைத்தேன். காதோரத்தில் சுண்டி இழுத்தது.

''தங்கராஜ் யாரு?'' அவன் கேட்டதும் நிமிர்ந்து பார்த்தேன்.

''உன்னைத் தேடிட்டு வந்திருக்காங்க'' எழுந்தேன். தங்கராஜ் வந்திருக்கிறானா? அழுகை கொப்பளித்தது. எட்டிப் பார்த்தேன். யாரும் இல்லை. காதோரங்களில் வெம்மைகூட மார்பு படபடத் தது. கையை ஊன்றித் தடுமாறி எழுந்தேன். உதட்டோரக் காயம் இன்னும் வலித்தது.

''போயி மூஞ்சியக் கழுவிட்டு வாய்யா. உள்ளே உக்காந் திருக்காங்க.''

இந்த நிலையில் அவன் என்னைப் பார்க்கவேண்டுமா? எதற்கு இப்படி வந்து காத்திருக்கிறான்? தகவல் சொல்லவேண்டாம் என்றுதானே ராத்திரி சொன்னேன். செல்போனிலிருந்த பெயரைப் பார்த்து இவர்களே அழைத்திருப்பார்களோ? எப்போது வந்திருப்

பான். அவன்மட்டும் தனியாகவா? சரோ? அய்யோ, அவள் என்னை இப்படியெல்லாம் பார்க்கவேண்டாம். தாங்கமாட்டாள். அறையை எட்டிப் பார்த்தபடியே பாத்ரூமுக்குப் போய்விட்டு வந்தபோதும் உள்ளே என்னை அனுமதிக்கவில்லை. கண்ணாடியில் வீங்கிய முகத்தைப் பார்க்கவேண்டும் போலிருந்தது.

"டீ சாப்பிடுவியா?"

நான் எதுவும் பேசாது கண்ணீரைத் துடைத்தேன். சிறிய பிளாஸ்டிக் தம்ளரில் ஆவி பறந்தது. விருப்பமில்லை. ஆனாலும் என்னால் கைநீட்டி அதை வாங்காமல் இருக்க முடியவில்லை. தலைவலிக்கிறது. சூடாக எதையாவது குடித்துவைக்கலாம்.

தேநீரைக் குடித்தபடியே செய்தித்தாளைப் புரட்டிக்கொண்டிருந்தவன் ஒருமுறை திரும்பி என் முகத்தைப் பார்த்தான். பெஞ்சுக்கு அடியில் பூனையைக் காணவில்லை. அதுகூட அவ்வப்போது வெளியே போய்விடுகிறது. நான்தான் இங்கே அடைந்துகிடக்கிறேன். அளவுகூடுதலான சர்க்கரை. சரோஜா சர்க்கரை இல்லாமல்தான் தருவாள். தங்கராஜ் யாரையாவது அழைத்து வந்திருப்பானா? ராஜேந்திரன் மூலமாக வக்கீல்கள் யாரையும் சந்தித்திருப்பானா? இங்கே அவர்களையெல்லாம் உள்ளே விடுவார்களா என்ன?

'மியாவ்...' சத்தமிட்டபடி சடாரென மேலிருந்து தாவிக் குதித்தது பூனை. திடுக்கிட்டுப் பின்னகர்ந்தேன். கீழே விழவில்லை. சுதாரித்து கால்களை ஊன்றி நிமிர்ந்தேன். பரண் நிறைய காகிதக்கட்டுகள் பெட்டிகள் பிளாஸ்டிக் சாமான்கள். இத்தனை நேரம் அங்குதான் பதுங்கிக் கிடந்திருக்கிறது.

"வாய்யா."

எழுந்து உள்ளே சென்றேன். நடுக்கத்தைக் கட்டுப்படுத்த முடியவில்லை. அய்யா வந்துவிட்டாரா? அதே அறை. மேசையின் எதிரில் தங்கராஜ் எதையோ எழுதிக் கொண்டிருந்தான். அருகில் ராஜேந்திரன். இடதுபக்கமாய் அறிமுகமில்லாத இன்னொருவர். மூவரும் திரும்பி என்னைப் பார்த்தார்கள். தங்கராஜ் என் கண்களைப் பார்த்துவிட்டு சட்டெனக் குனிந்து எழுதலானான். ராஜேந்திரன் எழுந்து அருகில் வந்து கையைப் பற்றினான். என்னால் அழுகையைக் கட்டுப்படுத்த முடியவில்லை.

"சொல்லும்போது அழைச்சிட்டு வந்தர்ணும். வக்கீல் சொல்றாங்க, ஜட்ஜ் சொல்றாங்கன்னு அவாய்ட் பண்ணிராதீங்க. அப்பறம் விவகாரம் பெரிசாயிரும். பாத்துக்கங்க" எஸ்.ஐ கறாரான

குரலில் கட்டளையிட்டார்.

''எல்லாம் நான் பாத்துக்கறேன் சார். அப்பிடியெல்லாம் செய்வமா?'' மூன்றாம் நபர் பணிவுடன் சொல்லியபடியே எழுந்தார்.

அந்தக் கட்டடத்திலிருந்து வெளியே வரும்போது கண்களை மூடிக்கொண்டேன். பார்க்கவிடாமல் கூசியது பகல் வெளிச்சம். சுட்டெரிக்கும் வெயில். தலை நிமிர்த்தவே பயம். 'மியாவ்...'. காம்பவுண்ட் சுவரின் மீதிருந்து குதித்தது அந்தப் பூனை. முதுகை வளைத்து நின்று முகம் சுளித்தது. ஒருகணம்தான். சரேலென தாவி கதவைத் தாண்டி ஓடிவிட்டது. கார் புறப்பட்டவுடன் சற்றே நடுக்கம் தணிந்தது. பின் இருக்கையில் நான் மட்டும். தங்கராஜ் மிகுந்த பதற்றத்திலிருந்தான். கிழிந்த உதடுகளை அவன் பார்த்திருப்பானா? என்னவோ கேட்க நினைக்கிறான். தயங்கு கிறான். பாலம் கட்டும் வேலையினால் ஏற்பட்டிருக்கும் போக்குவரத்து நெரிசலைப் பற்றி பொதுவாகப் பேசியபடியே ராஜேந்திரன் காரை ஓட்டினான். இருவரும் என்ன நடந்தது என்று கேட்கவில்லை. இப்போது தொந்தரவு செய்யவேண்டாம் என்று எண்ணியிருப்பார்கள். அவர்கள் கேட்டாலும் என்னால் சொல்ல முடியாது.

கார் தெருமுனையில் திரும்பியதுமே தெரிந்துவிட்டது. தெருவே பரபரத்தது. வாசலில் துட்டிவீடுபோல் கூட்டம். காரிலிருந்து இறங்க நினைக்கிறேன். கால்கள் நகர மறுத்தன. முடியவில்லை. சரோஜா கையைப் பற்றி இறக்கினாள். தலை குனிந்து தரையை வெறித்தபடியே நடக்கிறேன். யார் யாரோ நெருங்கி வருகிறார்கள். கையைப் பிடித்து தோளைத் தட்டி ஆறுதல் சொல்கிறார்கள். எதுவும் காதில் விழவில்லை. கண்ணில் நீர் கட்டுகிறது.

''அவரைத் தொந்தரவு பண்ணாதீங்க. ரெஸ்ட் எடுக்கட்டும்.'' ராஜேந்திரனின் அதட்டலான குரல்.

''பாவம் கண்ணு. நீ ஒரு வெள்ளச்சோளம். உனக்கு இப்பிடி ஆயிருக்கவேணாம்.''

யாரது? சுந்தரி பெரியம்மாவின் குரலா? ''தசாபுத்தி கெட்டு கெடக்குது. பரிகாரம் பண்ணினாத்தான் கெரகம் தொலையும்.'' செகடந்தாளி மாமாவின் குரல் புகையிலை வாசனையுடன் காதில் விழுகிறது. சொந்தபந்தங்கள் அனைத்தும் குழுமி நிற்கின்றன.

எப்படித் தெரிந்தது? காணவில்லை என்று விசாரிக்கப்போய் விவகாரமாகிவிட்டதா? என்ன நினைத்திருப்பார்கள்? எப்படிச் சமாளிக்கப்போகிறேன்?

"பேப்பர்காரனுக்கு நல்லவன் கெட்டவன்னு தெரியுமா? போலிஸ் கேசு. சொன்னதைப் போட்டுருக்கான்." என்ன சொல் கிறார்கள்? பேப்பரில் போட்டிருக்கிறார்களா? எந்தப் பேப்பர்? என்ன செய்தி?

"ஒன் திருவாயைக் மூடிட்டு சித்த அக்கட்டால போ நீ..." சொன்னவரை விரட்டுகிறாள் மண்ணரைக்காரி.

படுக்கை அறைக்குள் நுழைந்ததும் சரோஜா ஜன்னல் திரையை இழுத்து மூடினாள். என் முகத்தைப் பார்க்க முயன்று முடியாமல் அழுதாள். சட்டையைக் கழற்றி எறிந்துவிட்டு தரையில் படுத்தேன். உடலெங்கும் வலி. உயிரை அழுத்தும் சங்கடம். என்ன நடக்கிறது? எது என்னை நேற்றிரவு அங்கே அடைத்து வைத்திருந் தது? சிறைதானா? ஏன் அழுகிறாள் இவள்? அந்த அருணாச்சலம் நேற்றுடன் செத்துப்போனானா? இது வெறும் உடல்தானா? எதுவும் பிடிக்கவில்லை. முறைத்தேன். அவள் கண்ணீரைத் துடைத்தபடி வெளியே போனாள்.

எனக்கு யாரையும் பார்க்கப் பிடிக்கவில்லை. கூடத்திலிருந்த எல்லோரையும் வாசலுக்கு அழைத்துச் சென்றுவிட்டாள். கூடிப் பேசும் குரல்கள் மூடிய கதவைத் தாண்டிக் கேட்டன. வெளியே தலைகாட்டவே கூடாது. அப்படி இருக்க முடியுமா? எத்தனை நாள் உள்ளேயே அடைந்துகிடக்க முடியும். யாரையும் பார்க்காமல் யாரோடும் பேசாமல் முகம் திருப்பியிருக்க முடியாது. பேசினால் தான் துக்கம் கரையும். இறுக்கம் குறையும். ஆனாலும் இப்போது என்னால் இயலாது. யோசனைகளற்று சவம்போலத் தூங்க வேண்டும். அந்தப் பேப்பரைப் பார்க்கவேண்டும். என்னவென்று எழுதியிருக்கிறான்? 'லஞ்சம் தரமுயன்றவர் கைது.' எத்தனை லட்சம் பிரதிகள். எல்லாவற்றிலும் நான் செய்தியாகிவிட்டேன். முடிந்தது கதை. எத்தனை நாள் நானே படித்திருக்கிறேன். 'லஞ்சம் வாங்கிய உதவி அலுவலர் கைது' என்று தலைப்புடன் கைக் குட்டையால் முகத்தை மறைக்க முயலும் நபருடனான படம். நேற்று என்னைப் புகைப்படம் எடுத்தபோது நான் முகத்தை மறைக்கவில்லை. எதற்காக அவன் படமெடுக்கிறான் என்றே எனக்குத் தெரியாது. காரில் ஏறும்போது யாரும் படமெடுத்தார் களா? எந்தப் படமானால் என்ன? செய்தியாகிவிட்டேன். 'திருப்பூர், மங்கலம் நகர் நான்காம் வீதியைச் சேர்ந்த

அருணாச்சலம், வயது 54, நேற்று லஞ்சம் கொடுக்க முயன்றபோது பிடிபட்டார்.' இத்தனை வருட வாழ்க்கையில் இப்படி ஒரு சாதனை? பேரெடுப்பதென்பது இப்படித்தானா? செய்தித்தாள் என் கண்ணில் படாதபடி சரோஜா பார்த்துக்கொள்வாள். நான் பார்க்காவிட்டால் என்ன? இன்றைய தேதியில் அதுவொரு சம்பவம். நாளைய சரித்திரத்தில் நானும் இடம்பெற்றிருக்கிறேன். லஞ்ச ஒழிப்புத் துறையினரால் கைது செய்யப்பட்டவர்களின் பட்டியலில் என் பெயரும் பொறிக்கப்பட்டுவிட்டது. கடவுளே, இதற்குத்தானா இந்தப் பிறவி?

நெஞ்சடைத்தது. எழுந்து உட்கார்ந்தேன். கண்ணீர் பெருகி வழிந்தது. அந்த ஒரு நொடிப்பொழுது மொத்த வாழ்வையும் இப்படிப் புரட்டிப்போட்டுவிட்டதே? இதிலிருந்து இனி மீளவே முடியாதா? இனிமேல் இந்த சம்பவம்தான் என் அடையாளமாய் நிற்கும். கறையாக எஞ்சும். இதோ இந்த நொடியில் என் வீட்டிலேயே அடைபட்டுக் கிடக்கிறேன். வெளியில் தலைகாட்ட முடியாது ஒளிந்துகொண்டிருக்கிறேன். தேவையா இது? இப்படியொரு பிழைப்பு இனியும் வேண்டுமா? உயரே சுற்றும் மின்விசிறியை வெறித்தேன். ஒரு முழக்கயிற்றில் அனைத்தையும் இல்லாமல் செய்துவிடலாம். அவமானம் இல்லை. அவஸ்தை இல்லை. சரோஜாதான் அழுவாள். அவளும் எத்தனை நாளைக்கு? எல்லாம் கரைந்துபோகும். பீரோவுக்குப் பின்னால் மணிக்கயிறு கிடக்கிறது. கஞ்சிபோட்டு முறுக்கித் திரித்த கயிறு. குனிந்து உள்ளே கையை நீட்டினேன். கயிறை வெளியே இழுத்தேன். தடித்தக் கயிறு. நீளமாகத்தான் இருக்கிறது. கழுத்தளவுக்கு சுருக்கை முடிக்கவேண்டும். கைகள் ஏனோ நடுங்கின.

கதவைத் தட்டும் சத்தம். அவசரமாய் கயிற்றை பீரோவுக்கு அடியில் எறிந்துவிட்டு நகர்ந்து கட்டிலில் அமர்ந்து கண்களைத் துடைத்தேன். சரோஜாதான். அவளால் பேசமுடியவில்லை. முகம் பார்த்தால் அழுதுவிடுவாள்.

''இட்லி சூடா தரட்டுமா?''

வெறுமனே தலையாட்டினேன். காலையிலிருந்து எதுவும் இல்லை. வழியில் நிறுத்தி டீ சாப்பிட்டபோதும்கூட நான் வேண்டாம் என்று சொல்லிவிட்டேன். பசித்தது.

தட்டில் சூடான மூன்று இட்லிகள். தூசி அப்பிய கைகளை குண்டாவில் கழுவினேன். தக்காளி சாம்பாரின் ருசி உள்ளே இறங்கியது. நிமிர்ந்து அவளைப் பார்த்தேன். என்னையே உற்றுப் பார்த்திருந்தாள். ஒருநொடிப்பொழுது தாமதித்து கண்ணீர் அவள்

கன்னத்தில் உருண்டது.

''ஒண்ணுல்லம்மா. அதான் வந்துட்டேன்ல.''

எதுவும் பேசாது சாம்பாரை வார்த்தாள். சற்று முன் மணிக்கயிற்றில் முடிச்சிட எண்ணிய நான் ஐந்தாவது இட்லியைக் கேட்டு வாங்கினேன்.

★

பத்தாவது நாள் மீண்டும் கோவைக்கு அழைக்கப்பட்டேன். தங்கராஜூம் ராஜேந்திரனும் அழைத்துச் சென்றனர். வழக்கறிஞர் இருகூர் ரமேஷ் எங்களுக்காகக் காத்திருந்தார். நடந்த விபரங்களை ஏற்கெனவே அறிந்திருந்தார். நான் சொல்லவேண்டிய பதில்களை விபரங்களை சுருக்கமாகவும் தெளிவாகவும் சொல்லித் தந்தார்.

ஒவ்வொரு கேள்விக்கும் சொல்லவேண்டிய பதில்களை தெளிவாகப் பாடமெடுத்தார்.

''உங்களை சாட்சியாத்தான் சேத்துருக்காங்க. அவங்களுக்கு வேண்டிய ஆள் நீங்க இல்லை. அதனால பயப்படாதீங்க. இதுமாதிரிதான் கேப்பாங்க. மாத்தி மாத்திக் கேப்பாங்க. பயப் படாதீங்க. இதுக்கும் மேல வேற ஏதாவது கேள்வி கேட்டா தைரியமா எனக்குத் தெரியாதுன்னு சொல்லுங்க. நான் பாத்துக் கறேன்.'' தெளிச்சையான முகம். படபடக்கும் கண்கள். ரமேஷூ டன் பேசும்போது தெம்பாக உணர்ந்தேன்.

பகலில் அந்த கட்டடத்தைப் பார்த்தபோது மங்கிய மஞ்சள் பூச்சுடன் வெகு சாதாரணமாய் தென்பட்டது. ஜன்னலுக்கு மேலே இளம்பச்சை இலைகளுடன் அடர்ந்து தொங்கிய கொடிகளில் மஞ்சள் பூக்கள். காரிலிருந்து இறங்கி நடந்து உள்ளே கால்வைத்த போது மீண்டும் படபடப்பு தொற்றிக்கொண்டது. தடுமாறினேன். பொலிவிழந்த பச்சை நாணல் தடுக்குக்குப் பின்னால் அமர்ந்திருந்த வனைக் கண்டதும் நின்றேன். அந்த இரவில் இருந்தவனேதான். புன்னகைக்க வேண்டுமா? தெரிந்ததாய் காட்டிக்கொள்வது சரியா? தெரியவில்லை. அவன் முகத்தில் எதுவும் அசையவில்லை. முன்னறையில் நுழைந்ததும் இடதுபக்க அறையை அனிச்சையாக எட்டிப் பார்த்தேன். அதே மரபெஞ்சு. வேட்டி கட்டிய இருவர் சட்டென்று எழுந்து பின் ஆசுவாசத்துடன் அமர்ந்தனர். என் கண்கள் பூனையைத் தேடின. பூனையையா?

என்னை மட்டும் உள்ளே அனுமதித்தனர். கூடுதல் வெளிச்சத் துடனிருந்த அந்த அறை இப்போது மேலும் அச்சம் தந்தது.

இறுகிய முகத்துடன் பொறுமையற்றவராய் அலைந்த இன்ஸ்பெக்டர் நிதானமிழந்திருப்பதை உணர்ந்தேன்.

"அந்த நேரத்துல அங்க எதுக்குப் போனீங்க?"

"வீட்டுவரி கட்டறதைப் பத்தி விசாரிக்கறதுக்காக"

"யாரைப் பாக்கறதுக்காக போனீங்க?"

"எங்க ஏரியா இன்ஸ்பெக்டரை"

"அவர் பேர் என்ன?"

"தெரியாது."

"இதுக்கு முன்னாடி பாத்திருக்கீங்களா?"

"பாத்துருக்கேன்."

"எங்க? எப்ப?"

"வீடு கட்டும்போது ஒருதடவை வந்து பாத்தார்."

"என்ன சொன்னார்?"

"வரி கட்டணும்னு சொன்னார்."

"வேற என்ன சொன்னார்?"

"வேற எதுவும் சொல்லலை."

"சின்னசாமியைத் தெரியுமா?"

"தெரியாது."

"அவர் அங்க வேலை செய்யறார்னாவது தெரியுமா?"

"தெரியாது."

"அப்பறம் ஏன் உங்க பையில பணத்தை வெச்சுட்டு ஓடுனார்?"

"எனக்குத் தெரியாது."

"உங்ககிட்ட எத்தனை பணம் கேட்டாங்க?"

"எதுவும் கேக்கலை."

ரமேஷ் சொன்னதுபோலத்தான் நடந்தது. ஒவ்வொரு கேள்விக்கும் நான் ஒற்றை வார்த்தையில் பதில் சொன்னேன். திரும்பத் திரும்பக் கேட்டபோதும் நான் பதிலை மாற்றவில்லை. பலவற்றுக்குத் தெரியாது என்றே சொன்னேன். இன்ஸ்பெக்டர் கடுப்பாகிவிட்டது தெரிந்தது. "நல்லா டிரெய்ன் பண்ணிட்டாங்க. இருக்கட்டும். எங்கயாச்சும் சிக்காமயா போயிரும்" என்று அவர் முனகியது எனக்குக் கேட்டது. எழுதிக் கையெழுத்திடச்

சொன்னார்கள். கை நடுக்கத்தை என்னால் மறைக்க முடிய வில்லை.

நிமிர்ந்து முகம் பார்த்தேன். உற்றுப் பார்த்தபடியே தலை யாட்டினார். வணக்கம் சொல்லிவிட்டு வெளியே வந்தேன். அவரது பார்வை என்னைத் தொடர்வதை உணர்ந்தேன். குறுக்கே தாவி ஓடிய பூனை நின்று திரும்பிப் பார்த்தது. ''ம்யாவ்...'' அதன் குரலைக் கேட்டதும் முதுகில் வேர்த்தது.

★

ரமேஷின் அலுவலகத்தில் எங்களுக்காகக் காத்திருந்த வருவாய் ஆய்வாளரைக் கண்டதும் திகைத்தேன். இவன் எதற்கு இங்கே வந்திருக்கிறான்? இன்னும் ஒரு வலை இங்கே காத்திருக்கிறதா? ராஜேந்திரன் என்னவோ சொல்கிறான். என் காதில் விழவில்லை. ஆய்வாளரையே வெறித்தபடி வாசலில் நின்றேன்.

நெற்றியில் பளிச்சிடும் சந்தனப்பொட்டு. மடிப்பு கலையாத பூப்போட்ட வெள்ளைச் சட்டை. எந்த நொடியிலும் புன்னகை கலையாத முகம். பார்க்க பார்க்க ஆத்திரம் கொப்பளித்தது. நிதான மிழந்தேன். தங்கராஜின் மேல் என் கோபத்தைக் காட்டினேன். ''மொத்தமா என்னை உள்ள அனுப்பறதுன்னு முடிவு பண்ணிட்ட யேடா?'' திகைத்து நின்ற அவனை முறைத்துவிட்டு நடந்தேன். வேறென்ன செய்யமுடியும்? விடுவிடுவென வெளியே வந்தேன். ராஜேந்திரன் கையைப் பற்றினான். ''அவசரப்படாதீங்கண்ணா. இருங்க, நான் சொல்றேன்.''

தூங்குமூஞ்சி மரத்து நிழலடியில் கிடந்த டீக்கடை பெஞ்சில் அமர்ந்தேன். எண்ணெய் மினுக்கத்துடனான வாழைக்காய் பஜ்ஜிகள் கண்ணாடிப் பெட்டிக்குள் பளபளத்தன. மரத்தூணைச் சுற்றிக் கட்டியிருந்த தாம்புக் கயிற்றின் நுனியில் தீக்கங்கு புகைந்திருந்தது. என்னருகே வந்தமர்ந்த ராஜேந்திரனை கேள்வி யுடன் பார்த்தான். ''டீ சாப்பிடறீங்களா?'' என் பதிலை எதிர் பார்க்காமல் ''ரெண்டு வித் அவுட்டுண்ணா'' என்றான்.

''ராம பக்தன் நானே, அந்த ராம பக்தன் நானே.

ஸீதை அணுக்கன் நானே, அந்த ஸீதை அணுக்கன் நானே''

கரகரப்பான குரல் கவனத்தைத் திருப்பியது. அனுமான் வேஷத்துடன் ஆடியபடியே வந்தான் அவன். குள்ளமான உருவம். வெளிறிய குரங்கு உடுப்பு. வளைந்து நின்ற வால். ஏந்தியிருந்த தட்டில் பத்து ரூபாய் தாள்கள் படபடத்தன. டீக்கடையைக்

கண்டதும் அனுமன் நின்றான். முகத்தை மூடியிருந்த கவசத்தைக் கழற்றியபடியே சிரித்தான். வேர்வையில் நனைந்திருந்த முகத்தைத் துடைத்தவன் ''ரெண்டு பஜ்ஜி எடுத்துக்கறேன்'' என்று கண்ணாடிப் பெட்டியிலிருந்து பஜ்ஜிகளை எடுத்தான். அனுமாரின் கவசமுகம் அடுத்திருக்க பெஞ்சில் உட்கார்ந்தவன் கத்தரிக்கப் பட்ட செய்தித்தாளில் பஜ்ஜிகளை அமுக்கிவிட்டுக் கடித்தான்.

ரமேஷின் அலுவலக வாசலைப் பார்த்தேன். தங்கராஜ் அங்கேயே நின்றிருந்தான். அவன் முகம் கடுத்திருந்தது.

''அவன் சொல்லித்தான் எல்லாத்தையும் செய்யறீங்களா ராஜேந்திரன்?'' கேட்கும்போதே அழுகை மூண்டது.

''தப்பா நெனக்கறீங்கண்ணா. அவர் நமக்கு உதவி பண்ணத் தான் வந்துருக்கார். எல்லாத்தையும் அவர் பாத்துப்பார். நான் பேசிட்டேன். நீங்க ஆத்திரப்படாதீங்கண்ணா.''

எனக்கு நம்பிக்கையில்லை. எல்லாரும் ஏமாற்றுகிறார்கள்.

''ரமேஷுக்கும் அவருக்கும் சம்பந்தமேயில்லை. அவரா விசாரிச்சுட்டுதான் வந்திருக்கார். நான் பேசிட்டேன். உங்களுக்கு இப்பிடி ஆயிடுச்சேன்னு ரொம்ப வருத்தப்படறார்.'' ராஜேந்திரன் சொல்வதை என்னால் காதுகொடுத்துக் கேட்க முடியவில்லை.

''எல்லாம் நாடகம். உங்களுக்குப் புரியல. அவனைப்போய் எப்பிடி நம்பறீங்க'' ஆத்திரத்துடன் முணுமுணுத்தேன்.

''உங்களுக்கு எப்பிடித் தெரியும் நாடகம்னு?'' ராஜேந்திரனின் குரல் கடுத்திருந்தது. நிமிர்ந்து அவனைப் பார்த்தேன். அதட்டு கிறானா?

''அப்பிடி நாங்க விட்டுருவோமா. உங்க கோபம் புரியுது. அதுக்காக எதையுமே விசாரிக்காம முடிவு பண்ணக்கூடாது. வாங்க. உள்ள போலாம்.'' என் கையைப் பற்றி எழுப்பினான். எனக்கு சமாதானம் ஆகவில்லை. தங்கராஜ் அருகில் வந்து நிற்பதைக் கண்டதும் எழுந்தேன்.

''ஊருக்குப் போலாம்டா. நீங்க வர்றதுக்கு லேட்டாகும்னா நான் பஸ்ல போயிக்கறேன்'' என்றபடி இடுப்பு வேட்டியை உதறிக் கட்டினேன்.

அனுமார் முகத்தை மறுபடியும் மாட்டிக்கொண்டவன் உற்சாகத்துடன் பாடத் தொடங்கினான்.

''ராம பக்தன் நானே, அந்த ராம பக்தன் நானே.''

★

மூன்றாவது தடவை கோவைக்குப் போய்வந்த மறுநாள் காலையில் இருண்ட அறைக்குள் கண்மூடிக் கிடந்தபோதுதான் சரோ கேட்டாள்.

''இப்பிடியே இருட்டுல மொடங்கிக் கெடந்தா எல்லாம் செரியாப் போகுமா?''

என்ன பதில் சொல்வது என்று யோசித்தபடியே எழுந்து அமர்ந்தேன். என்னால் தறியில் இறங்கி வாட்டம் போடமுடிய வில்லை. எத்தனை நாள்தான் இப்படியே ஒடுங்கிக் கிடப்பது என்று தறியில் இறங்கியது பெரும்வினையாய்ப் போனது. அன்று விடிகாலையில் முகம் கழுவி விபூதி இட்டு தெம்புடன்தான் தறிக்குப் போனேன். ஆனால் தறிக்குழிக்குள் இறங்கிய கணத்தில் அந்த நாள் எனக்குள் இறங்கிவிட்டது. ஒவ்வொரு காட்சியும் மனதில் துல்லியமாய் விரிந்து ஆட்கொண்டுவிட அப்படியே உட்கார்ந்திருந்தேன். சரோ கொண்டுவந்த சூடான டீயை குடித்ததும் தெம்புடன் மீண்டேன். தலையை உலுக்கியபடி கால்கள் புணியை மிதிக்க நாடாவைச் சொடுக்கவேண்டிய இடதுகை தாமதித்தது. அப்போது சொடுக்கியிருக்கக் கூடாது என்று பதறி நிறுத்துவதற்குள் கூரியமுனைகொண்ட நாடா விருக்கெனத் தாவி இழைகளை வெட்டிக்கொண்டு பாய்ந்தது. தறிமேடையின் ஓரத்தில் வைத்திருந்த போவிணிகளை மோதி சத்தத்துடன் தெறித்தது நாடா. அவ்வளவுதான். எழுந்து அறைக்குள் ஓடிக் கதவைச் சாத்திக் கொண்டேன். அதன் பிறகு தறிப்பக்கமே தலைகாட்டவில்லை.

''ஆனது ஆச்சு. அதையே நெனச்சுட்டு எங்கயும் போகாம எதுவும் பண்ணாம இப்பிடியே சீக்காளிமாதிரி படுத்தே கெடந்தா என்ன அர்த்தம்?''

நாளாவட்டத்தில் சரோவுமே பொறுமை இழந்திருந்தாள். தங்கராஜூம் அவளும் அப்படி இப்படிப் பேசுவது காதில விழத்தான் செய்கிறது.

''இருக்கறது இன்னோம் ஒண்ணரை சீலைதான். அதையாச்சும் அறுத்துப் போட்டுட்டா அப்பறம் எப்பிடியோ போட்டும்னு விட்றலாம். இல்ல முடியாதுன்னா சொல்லுங்க நானாச்சும் நெய்யறேன்.''

சரோவுக்கு தறிவேலைகள் அனைத்தும் அத்துப்படி. நிதான மாக நெய்தாலும்கூட மூன்றாவது நாளில் சீலையை நெய்து முடித்து அறுத்துவிடுவாள். சுத்தநெசவுக்காரி. அவள் சொன்னது

நியாயம்தான். ஆனால் என்னால் எப்படி அப்படிச் சொல்ல முடியும்?

"வீட்ல இருக்கறது உங்களுக்கு எடஞ்சலா இருக்குதா? ஒரேயடியா உள்ளே போயிருங்கறீங்க" என்ன சொல்கிறேன் என்று உறுதியாய் தெரியாமல் முனகினேன்.

நொடியில் குமுறினாள். என்ன சொல்லிவிட்டேன்? பேசினாலும் சரி பேசாதபோதும்கூட சரி இப்படித்தான் எல்லாமே அழுகையிலும் சண்டையிலும் வந்து முடிகிறது.

"ஆமாமா. நீங்க எப்ப உள்ளே போவீங்கன்னுதான் இங்க நாங்க பாத்துட்டிருக்கோம்."

என் பிடிவாதம் இன்னும் கூர் பெற்றது. "வெளியவே வராம இருந்திருந்தாகூட பரவால்லே."

கண்களைத் துடைத்தபடி நிமிர்ந்தாள் அவள். "சொல்றது சரியாத்தானே இருக்கு. ஒருநாள் உள்ள போயிட்டு வந்தா உத்தமனுக்கும் புத்தி கெட்டுரும்னு."

சினம் மூழ எழுந்தேன். அவள் அருகில் நின்று முறைத்தேன். வெளியில் சொல்லக் கேட்கும் என் அடையாளத்தை இவளே உறுதிப்படுத்துகிறாள். அவள் அப்படி எதுவும் சொல்லவேண்டும் என்றே நான் எதிர்பார்த்திருந்தேன். பளாரென்று அறைந்தேன். கன்னத்தின் ஈரத்தை விரல்களில் உணர்ந்த நொடியில் அவள் வெளியில் ஓடினாள். கால்கள் நடுங்க அப்படியே நின்றேன். அடுத்து என்ன செய்வது என்று தெரியவில்லை. உள்ளங்கையில் எரிச்சல். அவள் கன்னத்திலும் இப்படித்தான் எரியுமா? அப்படியே விட்டத்தைப் பார்த்தபடி படுத்தேன். கண்கள் பொங்கின. விசும்பலை அடக்க முடியாது புரண்டேன். தொடர்ந்து என்னை நான் இழந்தபடியே இருக்கிறேன். ஒவ்வொரு முறையும் கோவை சென்று வரும்போதெல்லாம் என் பிடிவாதம் வலுக்கிறது. மூர்க்கம் தழைக்கிறது. தொட்டதற்கும் சீறுகிறேன். அர்த்தமின்றிக் கத்து கிறேன். எங்கே போய் முடியும் இது? யாரிடமும் பேசமுடியாமல் வெளியில் தலைகாட்ட இயலாமல் இப்படியே முடங்கிக் கிடக்கிறேன்.

★

சீரான வாட்டச் சத்தம் கேட்கிறது. சுத்தநெசவுக்காரன்தான் இத்தனை லயத்துடன் வாட்டம் போட முடியும். மனம் குவிந்து நெய்யும்போது என்னுடைய வாட்டச் சத்தமும் இப்படித்தான்

இருக்கும். இத்தனை வேகம் இருக்காது. நிதானமும் துல்லியமுமான வாட்டம் அது. சட்டென்று சத்தம் நின்றது. யாரோ என் கையை இறுகப் பிடிக்கிறார்கள். மணிக்கட்டருகே வலிக்கிறது. சத்தமில்லாமல் தறி இயங்கியபடியே இருக்க கழுத்தில் மணிக்கயிறு விழுகிறது. தறிமேடையில் கிடக்கும் சட்டையின் பையிலிருந்து தாள்கள் பறக்கின்றன. ஓடியோடிப் பொறுக்கும் இறுகிய முகங்கள் என்னையே முறைக்கின்றன. பவழமல்லியின் வாசனையுடன் தண்ணீர் சொட்டி வழிகிறது. உத்தரத்திலிருந்து தாவிய பூனையின் வாயிலும் ரூபாய் நோட்டு. நாக்கை நீட்டியபடி ம்யாவ் என்று சத்தமிடும்போதுதான் பார்த்தேன். அதன் ஊதாநிற நாக்கு என் உதட்டுக் காயத்தை நக்கிக் கொடுக்கிறது. குருமாவின் காரம். சூட்டில் வதங்கிய வாழை இலையைச் சுருட்டும்போது உற்றுப் பார்க்கிறேன். கசங்கிய தாளில் என் படம். தலையைக் குனிந்தபடி அவன் பின்னால் நடக்கிறேன். நான்தானா? சரியாகத் தெரியவில்லை என்றாலும் அது நான்தான் என்று சின்னு கத்துகிறான். கருப்புத் துணி முகத்தை மூட தடாலென்று சத்தம். தொண்டையில் இறுக்கும் கயிற்றைப் பற்றியபடி கதறுகிறேன். நானில்லை நானில்லை. பளாரென்று கன்னத்தில் விழுகிறது. இருட்டு. ரீங்காரம் மட்டும் ஒலிக்கும் கும்மிருட்டு. தடதடவென்று தண்ணீர் கொட்டும் சத்தம். கால்களில் ஈரம் பரவி மேலேறுகிறது. கழுத்துக் கயிற்றைப் பற்றியபடி மேலேறுகிறேன். தண்ணீர் அதே வேகத்துடன் உயர்கிறது. வளைந்து செல்லும் பாதையில் நெளிந்து துரத்தும் தண்ணீரிலிருந்து தப்பிக்கவேண்டி ஓடுகிறேன். யாரோ கழுத்துக் கயிற்றை சுண்டுகிறார்கள். தடுமாறி விழுந்த கணத்தில் மேலே பார்க்கிறேன். பூப்போட்ட வெள்ளைச் சட்டையுடன் ஆய்வாளர் சிரிக்கிறான். ஊதாநிற வெள்ளம் என்னைப் புரட்டித் தள்ளியது.

கட்டிலில் இருந்து புரண்டு விழுந்தேன். திடுக்கிட்டு கண் விழித்தபோது கதவைத் திறந்து எட்டிப் பார்த்தாள் பேத்தி.

''தாத்தா...'' பேத்தியின் மழலைக் குரல் உசுப்பியது.

எழுந்து முகம் துடைத்தேன். அவளைக்கூட நான் அருகில் வர அனுமதிப்பதில்லை.

''தாத்தா, விழுந்துட்டீங்களா?''

இல்லையென்று தலையசைத்தவன் அவளைத் தூக்கி மடியில் இருத்தினேன்.

''உங்களுக்கு ஒடம்பு செரியில்லையா?''

அவள் காதோர முடியை இழுத்துச் செருகியபடியே ஆமாம் என தலையாட்டினேன்.

''ஊசி போட்டிங்களா?''

''ம்...''

''வலிச்சிதா?''

''ம்...''

''இப்ப செரியாயிடுச்சா?''

''ம்.'' என் குரல் நடுங்குவதை உணர்ந்தேன். எந்த நொடியிலும் கண்ணீர் வழியக்கூடும்.

''அப்டின்னா புள்ளாகோயல் போலாமா?''

தரையில் அவளை இறக்கிவிட்டு எழுந்தேன். அண்ணாந்தேன். மூக்கை உறிஞ்சியபடியே வேட்டியை உதறிக் கட்டினேன். அவளுடன் பிள்ளையார் கோயிலுக்குச் சென்று எத்தனை நாளாயிற்று? ஜன்னல் மேடையில் இருந்த கண்ணாடியில் முகம் பார்த்தேன். இடுங்கின கண்கள். கறுத்த முகம். வெள்ளை முடிகள் அடர்ந்த தாடி. என்னையே எனக்குத் தெரியவில்லை. தலையைக் கோதினேன். சிரிக்க மறந்த முகக்தில் உறைந்திருந்த இறுக்கத்தைத் தொலைக்கவேண்டும் முதலில். உதடுகளை ஈரப்படுத்தியபடி புன்னகைக்க முயன்றேன். உதடுகள் நெளிந்தன. சிரிப்பு வரவில்லை. கண்கள் ஒத்துழைக்காது முறைத்தன.

''அழுமூஞ்சித் தாத்தா. போ. நீ வராட்டி நா போறேன்.'' பேத்தி முகத்தைச் சுழித்துவிட்டு தாவி ஓடினாள். மறுபடியும் கண்ணாடியைப் பார்த்தேன். ஆமாம், அழுமூஞ்சிதான்.

தறியின் வாட்டத் சத்தம் கேட்டது. வெளியே வந்தேன். என்னைக் கண்டதும் சரோ தறியை நிறுத்தினாள். எதுவுமே சொல்லாமல் உற்றுப் பார்த்தேன். எத்தனை நாட்களாயிற்று இந்தச் சத்தம் கேட்டு. என்னால் தறியில் இறங்குவதைப் பற்றி யோசிக்கவே முடியவில்லை. மனம் குவியாது வாட்டம் போடமுடியாது. அந்த நாளுக்குப் பிறகு என்னால் தறியின் அருகில் செல்லவே முடியாமல் போனது. இன்னும் ஒன்றரைப் புடவைதான் பாக்கி. நெய்யாமல் அப்படியே போட்டுவைக்கவும் முடியாது. இழைகள் அறுந்து தொய்ந்து வீணாகும். எதுவும் சொல்லாது நின்றதும் அவள் வாட்டமிடத் தொடங்கினாள். அவசரமில்லாமல் நிதானமாக நெய்வதுதான் எனக்குப் பழக்கம். சரோ என்னைவிட மெதுவாய் நெய்கிறாள்.

''அந்தாளு வந்துட்டுப் போனானா?'' மெதுவாகக் கேட்டேன்.

வாட்டத்தை நிறுத்தியவள் ''யாரு?'' என்றாள். அவளே ஊகித்துக்கொண்டதுபோல தலையாட்டிவிட்டு தறியிலிருந்து வெளியில் வந்தாள்.

★

இப்போதெல்லாம் கோயமுத்தூருக்குப் போவதற்கு ஒருநாள் முன்பு ஆய்வாளரின் உதவியாள் ஒருவன் வந்து போகிறான். தங்கராஜ் எத்தனை முறை அவனிடம் சொல்லியும் கேட்பதில்லை. வெறுமனே வந்து ''எதுன்னாலும் அய்யா சொல்லச் சொன்னாரு'' என்று பணிவுகாட்டிப் போகிறான். ராஜேந்திரனும் சொல்லிப் பார்த்தான். இதனால் எதுவும் பாதகம் வந்து சேருமோ என்று அவனுக்குப் பயமிருந்தது. ஆனாலும் அவனது வருகை நிற்க வில்லை. அவன் முகத்தை நான் நேரடியாகப் பார்க்கவில்லை. பார்க்க விருப்பமில்லை. அவனது புதுவகை புல்லட் வாகனம் கிளம்பிப் போகும்போது ஜன்னல் வழியாகப் பார்ப்பேன். வெள்ளைச் சட்டையும் நீல ஜீன்சுமாக காற்றில் பறக்கும் தலைமுடியுடன் உற்சாகமான இளைஞன். எதற்கான இந்த ஆய்வாளன் இத்தனை பாடுபடுகிறான்? விசாரணையின்போது அவனை மாட்டிவிடக்கூடும் என்று அஞ்சுகிறானா? சமயங்களில் நினைப்பதுண்டு. ஆமாம், இவனுக்குப் பணம் தரவே நான் வந்தேன் என்று சொன்னால் என்னவாகும்? இவனையும் ஒருநாள் உள்ளே இருக்க வைத்து பிறகு விசாரணை என்று இப்படி மாதாமாதம் இழுத்தடிப்பார்கள்தானே. இவனது படமும் செய்தித்தாளில் வெளியாகுமல்லவா?

இவனை மாட்டிவிட்டால் இந்த கேஸ் இன்னும் சிக்கலாகத் தான் போகும். விசாரணை இன்னும் நீண்டு காலம் காணும். இருட்டில் அடைந்து கிடந்தே மொத்தமாய் சுருண்டு விட்டேன். இன்னும் எத்தனை காலம் இப்படியே தள்ளமுடியும்?

இவனை மிரட்டி காசு பார்க்கலாம். கேட்டால் தந்துவிடுவான். இவன் சம்பாதித்ததையா எடுத்துத் தரப் போகிறான். ஊரானிடம் அடித்து வாங்கிய காசு. அள்ளிவிடுகிறான். எனக்குத் தரப் போவதை என்போன்ற இன்னொருவனிடம் வாங்கப் போகிறான். வேண்டாம் அந்தப் பாவம். ஏற்கெனவே செய்த பாவத்துக்குத்தான் இப்படி அனுபவிக்கிறேன். இனியும் பாவ மூட்டையைச் சேர்க்கவேண்டுமா? மறுபடி அவன் வந்தால் நானே நேரடியாகப் பேசிவிட வேண்டும்.

எட்டாம் மாதத்தின் கடைசியில் விசாரணை முடிந்து பதினெட்டாம் தேதி தீர்ப்பு. செவ்வாய் கிழமைகளில் துர்க்கைக்கு விளக்குபோடும் சரோ அன்று அதிகாலையிலேயே கோயிலுக்குப் போய்விட்டாள். ராஜேந்திரன் உற்சாகத்துடன் இருந்தபோதும் தங்கராஜின் முகத்தில் இருந்த இறுக்கத்தை நான் கவனித்திருந் தேன். தீர்ப்பு எப்படியுமாகலாம். இந்த வீட்டுக்கு நான் திரும்ப வராமலும் போகக்கூடும். நான் வெகுநாள் யோசித்ததுதான். நேற்றிரவும் நான் தூங்கவில்லை. நடந்தவற்றை மனம் திரும்பத் திரும்ப அசைபோட்டபடியே அலைந்தது. ஊதாநிற விரல்கள் என்னை இறுகப் பற்றியிருந்தன. சின்னுவை மட்டுமே கைது செய்ய முடிந்திருந்தது. ஆய்வாளரைச் சிக்கவைக்க முடிய வில்லை. அது எனக்கு சாதகமானதுதான் என்றார் ரமேஷ். அதுவே எனக்கு எதிரானதாகவும் திரும்பக்கூடும் என்றெண்ணியபடியே சொன்னேன் ''சின்னுவின் கையால என் பாக்கெட்ல பணத்தைப் போட்ட என்னுடைய தலவிதி ஜட்ஜோட பேனாவுல எறங்காம இருந்தா சரிதான்.''

★

நீதிமன்ற வளாகத்தில் முகூர்த்த நாளைப்போல நெரிசல். கண்கூசச் செய்யும் வெள்ளைச் சட்டைகள் அலைந்திருந்தன. புளியமரத்தடி நிழலில் ஓரமாய் நின்றிருந்தேன். யோசனைகள் உறைந்து வெறிச்சோடிக் கிடந்தது மனம். கருப்புக் கோட்டுடன் வியர்வையைத் துடைத்தபடி அருகில் வந்த ரமேஷ் ''இன்னிக் கோட துப்பம் முடிஞ்சிது பாத்துக்கங்க'' என்றான். வெறுமனே பார்த்தேன் நான்.

''உங்களைப் பாத்துப் பேசணும்னு சார் சொல்றார்'' என்று தயங்கினான்.

எதுவும் சொல்லாது தலை உயர்த்திப் பார்த்தேன். அவசரமாய் ராஜேந்திரன் அருகில் வந்தான்.

''அப்பறம் பேசிக்கலாம் ரமேஷ்.'' இருவரும் விலகி நகர்ந்தனர். வருவாய் ஆய்வாளர் இங்கேதான் இருக்கிறான். என்னை கவனிக்கிறான். எனக்குத் தெரிகிறது. இதோ, இந்த நொடியில் நான் தீர்மானித்தாலும் அவனை என்னால் மாட்ட வைக்க முடியும். அந்த பயம் அவனை விரட்டிக்கொண்டுதான் இருக்கும். அதற்காகத்தான் ரமேஷ் தூது வருகிறான். அப்படிச் சொன்னால் என்னாகும்?

நீதிபதியின் முன்னால் நான் எதுவும் பேசவில்லை.

ஏற்கெனவே கேட்ட கேள்விகள்தான். நான் சொன்ன பதில்கள் தான். புதிதாக எதுவுமில்லை. விசாரணைக் கூண்டுக்கு வெளியே வந்ததும் தடித்த புத்தகத்தில் வழக்கம்போல கையெழுத்திட்டேன். என் பாக்கெட்டில் வைத்த பணத்துக்கும் எனக்கும் எந்தவிதமாக சம்பந்தமும் இல்லை என்று சின்னு தெள்ளத் தெளிவாகச் சொல்லி விட்டான். போலிஸ்காரர்களுடன் சின்னு தலைகுனிந்து நடந்த போது ஓரமாக நின்று பார்த்தேன். சிரித்த முகத்துடன் ராஜேந்திரன் வந்து கைகொடுத்தான். ரமேஷ் உற்சாகம் பொங்க தோளில் தட்டினான். தலைகுனிந்தபடியே வெளியே வந்தேன். யாரையும் எதிர்பார்க்காமல் நடந்தேன். தங்கராஜ் என்னை அழைப்பது கேட்டது. நிற்கவில்லை நான்.

நீதிமன்ற வளாகத்திலிருந்து நெடுக நடந்தபடியே இருந்தேன். தலையில் அனல் கொட்டும் வெயில். கழுத்து வேர்வையைத் துடைத்தபடி திரும்பியபோது அந்த நிறுத்தத்தில் பஸ் நின்றிருந் தது. நிமிர்ந்து பார்த்தேன். 'மருதமலை.' அந்த நொடியில்தான் நான் முடிவு செய்தேன். புறப்பட்டு நகர்ந்த பஸ்ஸில் ஓடி ஏறினேன்.

மொட்டைத் தலையுடன் வாசலில் நின்ற என்னைக் கண்டதும் சரோ கதறி அழுதாள். உள்ளே ஓடினாள். அவளுக்குத் தெரிந் திருக்கும். ஆனாலும் நான் இப்படிச் செய்வேன் என்று அவள் எதிர்பார்க்கவில்லை. அந்த நொடி வரையிலும் நானேகூட அதைத் தீர்மானித்திருக்கவில்லை.

குளிக்கும்போதே பசித்தது. ஈரம் சொட்ட அப்படியே உட்கார்ந் தேன். சரோவுக்கு அழுகை இன்னும் அடங்கவில்லை. உதடுகள் துடிக்க பிரார்த்தித்தபடியே என் முகத்தை வெறித்திருந்தாள். சூடான அரிசிம்பருப்பு சாதம். சந்தியா நெய்யை வார்த்தபோது அதன் மணம் பசியை மேலும் கிளர்த்தியது. அப்பளத்தைப் பொடித்துப் போட்டு உருண்டை பிடித்தேன். பேத்தி ஆவலுடன் அருகில் வந்தாள். முதல் கவளத்தை அவளது சின்னக் கையில் வைத்தேன்.

''ஸ்... சுடுது தாத்தா.'' சிணுங்கியபடியே கவளத்தைக் கவ்வினாள்.

அவளும் நானுமாய் சாப்பிட்டு முடித்தபோதுதான் ராஜேந்திர னும் தங்கராஜூம் உள்ளே வந்தார்கள். என் தலை அவர்களைத் திடுக்கிடச் செய்தது. ஒருகணம் தயங்கினார்கள்.

"சொல்லிருந்தா நாங்களே அழைச்சிட்டுப் போயிருப்பமே?" ராஜேந்திரன் கேட்டான். ஈரக்கையைத் துடைத்தபடியே சோபாவில் அமர்ந்து ரிமோட்டை எடுத்து அழுத்தினேன். செய்தி அறிக்கையை மௌனமாக வேடிக்கை பார்த்தேன்.

"பஞ்சாமிர்தம் வாங்கிட்டு வந்திருக்காரா உங்க தாத்தா?" என்றபடியே பேத்தியை மடியில் எடுத்து வைத்த தங்கராஜ் என் மொட்டைத் தலையையே வெறித்திருப்பதை உணர்ந்தேன்.

வெளிச்சம் உறுத்த கண்களைத் திறந்தேன். விடிந்து வெகு நேரமாகிவிட்டதா? ஜன்னல் வழியாக வெளியே பார்த்தேன். பளிச்சென்ற வெயில். பிள்ளையார் கோயிலில் இருந்து பாட்டுச் சத்தம் கேட்டது. "சூப்பு. சூப்பேய்..." ஆட்டுக்கால் சூப் அடுப்பைச்சுமந்தபடி கூவிப் போனான் அவன். இத்தனை நேரமா தூங்கியிருக்கிறேன்? கண்ணாடியில் முகம் பார்த்தேன். ஒருகணம் திடுக்கிட்டேன். முடியில்லாத தலை என் அடையாளத்தை மாற்றி யிருந்தது. நான்தானா? சட்டென்று அந்தக் கேள்வி முளைத்தது. இன்றைக்கு அவன் வருவானா? ஆமாம். அவன் வருவான். நிச்சயமாக வருவான். என்னிடம் பேச இனி என்ன இருக்கிறது? இருந்தாலும் அவன் வருவான் என்று மனம் உறுதி சொன்னது.

அவனை இத்தனை நாள் சந்திக்கவில்லை. இன்றைக்கும் அவனை நான் சந்திக்கக்கூடாது. அவனிடமிருந்து அந்த பயம் விலகிவிடக்கூடாது. அவனை நான் பார்த்துவிட்டால், அவனிடம் பேசிவிட்டால் அந்த பயம் விட்டுப்போகும். இத்தனை நாள் அனுபவித்த தவிப்பை அவனும் இன்னும் கொஞ்ச நாள் அனுபவிக்கவேண்டும். அத்தனை சுலபமாய் அவன் நிம்மதி அடைந்துவிடலாகாது.

பரபரவென்று குளித்துத் தயாரானேன். உடனே புறப்பட்டுப் போய்விட வேண்டும். அவன் வரும்போது நான் இங்கே இருக்கக் கூடாது. ஒவ்வொரு நாளும் அவன் எனக்காக அதே பயத்துடன் காத்திருக்கத்தான் வேண்டும்.

"எங்க பொறப்படறீங்க?" சரோவின் குரல் சமையலறையி லிருந்து கேட்டது.

"புள்ளா கோயலுக்கு."

அவள் சமாதானம் அடைந்திருப்பாள். இத்தனை நாளும் நான் இதுபோல ஆகவேண்டும் என்றுதானே எதிர்பார்த்திருந்தாள்.

"இருங்க. காபி போட்டுத் தர்றேன்."

இல்லை. என்னால் காத்திருக்க முடியாது. "வந்து குடிச்சிக்கறேன்."

செருப்பைப் போட்டுக்கொண்டு தெருவில் இறங்கிய அதே நொடியில் அந்த கார் வந்து நின்றது. எனக்குத் தெரிந்த கார்தான். அடிக்கடி நான் பார்த்த அதே வாகனம்தான். சட்டென்று திரும்பி உள்ளே சென்றேன். ராஜேந்திரனின் குரல் என்னை நிறுத்தியது.

"நல்லா தூங்கினீங்களாண்ணா?" என்னால் அவனைப் புறக்கணித்து உள்ளே செல்ல முடியவில்லை.

திரும்பி நின்று சிரித்தேன். அதே சமயத்தில் காரில் இருந்து இறங்கும் அவனைப் பார்த்தேன். அன்றொரு நாள் ரமேஷின் அலுவலகத்தில் பார்த்த அதே உருவம். இல்லை. என்னவோ மாற்றம் இருக்கிறது. அவனை உற்றுப் பார்த்த அதே கணத்தில் அவன் சிரித்தபடியே கைகூப்பினான்.

"வாங்க..." அனிச்சையாக சொல்லிவிட்டு மீண்டும் அவனை உற்றுப் பார்த்தேன். திடுக்கிட்டேன். அவனும் மொட்டை போட்டிருந்தான்.

முகத்தைத் துடைத்தபடி எட்டிப் பார்த்த தங்கராஜும் ஆய்வாளரைப் பார்த்து "உள்ள வாங்கண்ணா" என்று நாற்காலியைக் காட்டினான்.

எம்பிராய்டரி போட்ட வெள்ளைச் சட்டை. சன்னக் கண்ணாடிக்குள் சிரிக்கும் கண்கள். கூடத்திலிருந்த படங்களை கவனமாகப் பார்த்திருந்தவன் "பேத்திங்களா?" என்று கேட்டான்.

"ஆமாங்கண்ணா. தங்கராஜ் பொண்ணுதான்." ராஜேந்திரன் உற்சாகத்துடன் பதில் சொன்னபோது ஆய்வாளர் என் முகத்தையே பார்த்தான்.

சரோஜா சொம்பில் தண்ணீர் எடுத்து வந்தாள்.

தண்ணீரை ஆவலுடன் பருகியவன் அவள் முகத்தைப் பார்த்தபடியே சொன்னான் "உங்களுக்கெல்லாம் கஷ்டத்தை குடுத்துட்டேன். மனசுல வெச்சுக்காதீங்க."

கண்ணீரைத் துடைத்தபடியே அவள் சொன்னாள். "எல்லாம் கெட்ட நேரந்தான். நீங்க என்ன பண்ணுவீங்க பாவம்."

ஆய்வாளர் மீண்டும் என்னையே உற்றுப் பார்த்தான். "என்மேல ரொம்ப கோவமா இருக்கீங்க. நியாயந்தான். உங்களப்

பாத்துப் பேசினா பரவால்லேன்னு தோணிச்சி.''

ராஜேந்திரன் சமாதானமாய் சொன்னான். ''அவர் அப்பிடித் தான். ரொம்ப பேசவும் தெரியாது. எதையும் மனசுல வெச்சுக்கவும் தெரியாது. நீங்க அதப் பத்தியெல்லாம் கவலப்படாதீங்க. டீ சாப்டலாமா?''

உள்ளே நகர்ந்த சரோ ''சக்கரை போடலாமா?'' என்றாள்.

ஆய்வாளர் தலையாட்டியபடியே ''பரவால்லே. சர்க்கரை போட்டே குடுங்க'' என்று சிரித்தான்.

இன்னும் நான் பேசாமல் இருப்பது எனக்கே என்னவோ போலிருந்தது. நான் சொல்லும் ஒரு வார்த்தைக்காக அவன் தவித்துக் காத்திருக்கிறான். இத்தனை நாளாக என்னைப் போலவே அவனும் எதிர்பார்த்திருக்கிறான்.

''அன்னிக்கு என்னவோ கெட்டநேரம். அதுமாதிரி நடந்திருச்சி. வேணும்னு எதுவும் நடக்கலை. சந்தர்ப்பம் அப்பிடி அமஞ்சிருச்சி. அந்த சின்னுப் பய ஓடிப்போற அவசரத்துல உங்களை மாட்டி விட்டுட்டான்.'' கண்ணாடியைக் கழற்றித் துடைத்தவன் தொடர்ந் தான் ''கேஸ் கொஞ்சம் இழுத்துருச்சு. சீக்கிரமா முடிக்கணும்னு தான் பாத்தேன். நடக்கலை.'' எதையோ யோசிப்பவன்போல் தலைகுனிந்தான். சிலநொடிகளுக்குப் பிறகு நிமிர்ந்து என் முகத்தைப் பார்த்தான். ''இனி அதப்பத்தி பேசவேண்டாம். நான் என்ன பண்ணாலும் அதை சரி பண்ண முடியாது. மனசுல வெச்சுக்காதீங்க.'' எழுந்து என் கையைப் பற்றினான். ஒருகணம் திடுக்கிட்டேன். கைகள் நடுங்கின. கன்னத்தில் விழுந்த அறையின் மின்னல் தலைக்குள் வெட்டியது.

''பரவால்லே. நீங்க உக்காருங்க.'' சொற்கள் தடுமாற அவன் தோளைத் தொட்டு அமர்த்தினேன்.

''எங்களுக்கெல்லாம் இது பழக்கமாயிருச்சி. அடிக்கடி நடக்கறதுதான். மனசுல எதுவுமே தங்காது. அடுத்த வேலையைப் பாத்துட்டுப் போயிட்டே இருப்போம். உங்களுக்கு அப்பிடி இல்லை. உங்களையெல்லாம் அதுமாதிரி எடங்களுக்கு வரவெச்சதே பெரிய தப்பு'' என்றவன் கைப்பையை எடுத்தான். ''இது என்னோட திருப்திக்கு. தயவு செஞ்சி வாங்கிக்கணும்.'' என்றபடியே வெள்ளை உறையொன்றை என் கையில் வைத்தான்.

கைகளை சட்டென பின்னுக்கிழுத்தேன். சட்டைப்பையை உடனடியாகப் பொத்தினேன். உறை நழுவி உள்ளிருந்து ரூபாய் தாள்கள் சரிந்தன. எழுந்து விலகினேன். கால்கள் நகர மறுத்து

நடுங்கின. விரல்களை அனிச்சையாகப் பார்த்தேன். ஊதாநிறம் ஒட்டிக்கொண்டது போலிருந்தது. வெறித்துப் பார்த்தவாறே சட்டையில் துடைத்தேன். ராஜேந்திரன் தோளைத் தொட்டுச் சொன்னான் ''ஒண்ணில்லண்ணா. உக்காருங்க.''

ஆவி பறக்கும் தேநீருடன் வந்த சரோவின் முகத்தில் கடுகடுப்பு. எதுவும் சொல்லாமல் வெறுமனே தட்டை நீட்டினாள்.

ஒருகணம் நிதானித்தேன். கைகளை மறுபடியும் துடைத்து விட்டு தேநீர் கோப்பையை எடுத்து அவரிடம் நீட்டினேன் ''குடிங்க சார்.''

ராஜேந்திரன் ரூபாய் தாள்களை உறையில் போட்டு அவன் பையில் வைத்தான். கண்ணாடியைக் கழற்றியவன் ஆவி பறக்கும் தேநீரை உறிஞ்சினான். இரண்டு மடக்கு குடித்தவுடன் நான் மெல்லச் சொன்னேன் ''தப்பு உங்களுது மட்டுமில்ல சார். நீங்க பொறப்படுங்க.''

கைகூப்பியபடியே எழுந்தவன் விடைபெற்று வெளியேறினான். நான் எழுந்து தறியை நோக்கி நடந்தேன்.

★

காலச்சுவடு - 2016

ரசிகன்

'குலதெய்வத்தை மாத்தப் போறதப் பத்தி பேசி முடிவெடுக்கணும். சாயங்காலம் எல்லாரும் பாவடிக்கு வாங்க' என்று சுப்புணியிடமிருந்து தகவல் வந்தது. நாங்கள் நால்வரும் கொதித்துப் போனோம். அங்கப்பன் உடனடியாக அவனை சங்கத்திலிருந்து நீக்கவேண்டும் என்றான். செல்வராசும் மாதேஷும் அவன் முகத்திலேயே முழிப்பது பாவம் என்றார்கள். குலதெய்வத்தை மாற்றத் துணிந்த அவனுக்கு எந்தவொரு தண்டனையும் தரலாம்தான். மூவரையும் ஆசுவாசப்படுத்தினேன். மாலையில் அவனைச் சந்திப்போம் என்று சமாதானப்படுத்தினேன்.

அவன் வருவதற்கு முன்பே பாவடியில் கூடிவிட்டோம். அவனை எப்படிச் சமாளிப்பது, அவன் என்ன காரணம் சொன்னாலும் ஒத்துக்கொள்ளக்கூடாது என்று திட்டமிட்டோம். இப்போதைய குலதெய்வத்தை மாற்றி இன்னும் முதலாண்டுகூட முடியவில்லை. அதற்குள் இன்னொரு குலதெய்வத்துக்கு என்ன அவசியம்?

காமாட்சியம்மன் கோயில் தெரு முனையில் சுப்புணியின் சைக்கிள் தென்பட்டது. எருமைக்கடா மீது ஊர்ந்துவரும் எமன். உற்சாகமான உடல் அசைவுகளுடன் சைக்கிள் பெல்லை கிணுகிணுத்தபடியே நெருங்கினான். பாவடிக் கற்கள் அரையிருட்டில் அசெம்பிளியில் அட்டென்ஷனில் நிற்கும் மாணவர்களைப் போன்று நின்றன. கட்டாந்தரையில் ஸ்டைலாக கட்டைவிரலை ஊன்றி சைக்கிளை சாய்த்தான். வலது காலை சுழற்றிவீசி இறங்கியவன் ''ஸ்...சோ' என்று கத்தினான். நெருஞ்சிமுள் காலைப் பதம்பார்த்திருந்தது. அவன் வந்ததையே கண்டு கொள்ளாதவர்களாய் நாங்கள் நால்வரும் முதுகைக் காட்டியபடி நின்றோம். பாவடிக்கல்லில் சைக்கிளை சாய்த்துவிட்டு வந்தவன் எரிச்சல் மேலிடக் கேட்டான்''எங்கயாச்சும் எழவு வுளுந்துருச்சாடா? இப்பிடி மூஞ்சியத் தொங்கப்போட்டுட்டு நிக்கறீங்க?

மனுஷன் வந்ததுகூட தெரியலியா?''

''மனுஷனா... எங்க?'' மாதேஷ் எரிச்சலுடன் தலைதிருப்ப சுப்புணி மூட்டிய லுங்கியை உதறி இடுப்பில் உருட்டிச் செருகினான்.

''உங்களுக்கெல்லாம் கோவம்னு தெரியுண்டா மாப்ளைகளா. சொன்னதுமே ஒத்துக்குவீங்களா? ஆனா நான் சொல்றதைக் கேட்டீங்கன்னா அப்பறம் ஆயுசுக்கும் நான் செஞ்ச காரியத்துக்காக பெருமைப்படுவீங்கடா.''

திண்ணையில் எம்பி அமர்ந்தவன் பனியனுக்குள் கைவிட்டு பழுப்புநிற உறையை வெளியே எடுத்தான். இன்னுமொரு சரோஜாதேவி புத்தகமோ இல்லை கல்லெண்ணைக்காரியின் சிடியாகத்தான் இருக்கவேண்டும். நாங்கள் ஆர்வம் காட்டவில்லை. அர்ச்சனையை யார் தொடங்குவதென்று தருணம் பார்த்திருந்தோம்.

''நீங்க யாராச்சும் இப்பிடியொன்னை சொல்லியிருந்தா எனக்குந்தான் கோம்பைமோட்டு வரைக்கும் கோவம் வந்துருக்கும். ஆனா விசயத்தை என்னன்னு கேப்பேன் நான். நீங்க கேக்கற மாதிரி தெரியலை. என்ன செய்யலாம்?'' சுருட்டைத் தலைமுடியை வரக் வரக்கென்று சொரிந்தவன் ''யாராச்சும் ஒருத்தன் இதப் பாருங்கடா. அப்பறமா பேச்சுவார்த்தையை வெச்சுக்கலாம்'' என்று பழுப்பு உறையிலிருந்து படங்களை வெளியே எடுத்துப் போட்டான்.

ஓரக்கண்ணால் கூர்ந்து பார்த்தோம். பளபளவென்று மினுமினுக்கும் தாளில் பளிச்சென்ற வண்ணப்படங்கள். சினிமாப் பத்திரிக்கைகளில் வெட்டியவை. யார் இவள்? இவன் சொன்ன குலதெய்வம் இவள்தானா? நால்வராலும் பார்வையை விலக்க முடியவில்லை. அழகியின் சிரிப்பும் நெளிவுகளும் கட்டிப் போட்டன.

மாதேஷ்தான் மெல்லக் கேட்டான் ''யார்றா இவ?''

எனக்கு எரிச்சல். படங்களைக் காட்டி எங்களை சமாளிக்கப் பார்க்கிறான். விடக்கூடாது. கோபமாய் சொல்ல நினைத்தபோது 'இவளை முன்பே பார்த்திருக்கிறோமோ?' என்று மூளைத் தடம் திரும்பிப் போனது.

அங்கப்பன் படத்தைக் கையிலெடுத்து மேலே உயர்த்திப் பார்த்தான். பாவடியின் மங்கலான குழல்விளக்கின் வெளிச்சம் போதவில்லை. ''செமையா இருக்காடா. எங்கடா புடிச்சே?''

இதுவரையிலும் அலட்சியமாய் பீடியை இழுத்துக்கொண்டிருந்த செல்வராசு "எல்லாக் கழுதைங்களும் ஒரேமாதிரிதானே? இதுல என்னத்தடா அழகைக் கண்டீங்க? நம்ம குலதெய்வத்தை அடிச்சிக்க இன்னொருத்தி பொறந்துதான்டா வரணும்" என்றவன் எழுந்து நகர்ந்தான். ஊமத்தைப் புதர்கள் அடர்ந்த சுற்றுச்சுவரோரம் நின்று மூத்திரம் பெய்தான்.

"பொறந்து வந்துட்டாடா செல்வா. கண்ணைத் தெறந்து பாரு. அப்பறமா சொல்லு. பாக்காமயே தீர்ப்பைச் சொல்லாதே."

சுப்புணிக்கு குஷி. மூன்றுபேர் வழிக்கு வந்துவிட்டார்கள். இவன் ஒருத்தன்தானே. எதுவானாலும் மெஜாரிட்டி இருக்கிறது என்று தெம்புடன் இருந்தான்.

"அழகாத்தான் தெரியறா. அதுக்காக உடனடியா குலதெய்வமா ஒத்துக்கற அளவுக்கு பெரிசா ஒண்ணும் இல்லை." சுப்புணி சொல்வதை உடனே ஒத்துக்கொண்டால் கௌரவம் என்னாவது? ஆட்சேபித்தான் மாதேஷ்.

சுப்புணி நமுட்டலாய் சிரித்தான். "ஆமாமா. பெரிசா இல்லை. ஒத்துக்கறேன். பெரிசா இருந்தாமட்டும் போதாது மாது."

அங்கப்பன் மறுபடி ஒருதடவை எல்லாப் படங்களையும் கூர்ந்து பார்த்தான். கண்ணுக்கு அருகில் வைத்தும் விலக்கியும் வெவ்வேறு கோணங்களில் ரசித்தான். அவன் முகபாவங்கள் மாறியபடியே இருந்தன. சிரித்தான். வியந்தான். முகம் சுழித்தான். நவராத்திரி சிவாஜிக்குப் பிறகு இவன்தான் என்பதுபோல அபிநயித்தான். சகிக்கவில்லை. நல்லவேளை இருட்டு. பகலாய் இருந்தால் பரலோகம்தான்.

அவளை ஒல்லியென்றும் சொல்லமுடியாது. பூசினாற்போன்ற உடல்வாகென்றும் வரையறுத்துவிட முடியாது. கட்டான உடல். நீண்ட கால்கள். தெற்றுப்பல் தெரியும் சிரிப்பு. கன்னத்து மேடுகள் தூக்கலாய் வசீகரித்தன. தனித்தனியாக ஒவ்வொன்றும் கச்சிதம் தான். ஒட்டுமொத்த அழகென ஒத்துக்கொள்ள முடியாமல் ஏதோ வொன்று குறையாய் பட்டது. என்னால் தீர்மானிக்க முடிய வில்லை. ஆனால் மாதேஷ் விழுந்துவிட்டான். அங்கப்பனும் சுப்புணியின் பக்கம் தாவத் தயாராயிருந்தான். செல்வராசு வேண்டாவெறுப்பாகப் படங்களை எடுக்க கைநீட்டினான். சுப்புணி சடாரென்று அவன் கையை விலக்கிவிட்டுப் படங்களை எடுத்துக்கொண்டான். "தொடாத செல்வா. போய் கையைக் கழுவிட்டு வா."

அதன்பின் செல்வராசை அடக்க முடியவில்லை. பீடியைச் சுண்டி எறிந்துவிட்டு வாய்திறக்க வசனங்கள் பீறிட்டன. அத்தனையையும் இங்கே எழுதமுடியாது என்பதால் முதல் வாக்கியத்தை மட்டும் அனுமதிக்கிறேன்.

''கை கழுவிட்டு தொடணுமாடா டேய். இந்தப் படத்தை வெச்சுட்டு நீயென்ன சூடங் காட்டிட்டு இருந்தியா? நாயே! என்னைய கை கழுவச் சொல்றே?''

அவன் அப்படிச் சொன்னது தவறுதான் என்று எல்லோருமே தீர்மானித்தோம். செல்வராசிடம் மன்னிப்பு கேட்ட பிறகே சங்கம் அடுத்த கட்டத்துக்கு நகரமுடியும் என்று சுப்புணியிடம் வலியுறுத்தினோம்.

சுப்புணி எதையும் பொருட்படுத்தவில்லை. பழுப்பு உறையை எடுத்து பனியனுக்குள் பத்திரப்படுத்தினான்.

''இங்க பாருங்கடா. என்னைய ஒதுக்கிட்டு உங்களால ஒண்ணும் பண்டமுடியாது. சனிக்கிழமை ராத்திரியாச்சுனா எங்கூட்டுக்குத்தான்டா வந்தாகணும். யோசனை பண்ணிச் செய்யுங்க.'' பெரியமனுஷத்தனமாய் அட்டலாங்கால் போட்டபடி சிகரெட்டைப் பற்றவைத்தான்.

அவன் சொல்வதிலும் நியாயம் இருக்கிறது. சனிக்கிழமை ராத்திரிகளில் அவனது நாலங்கண வீட்டுத் திண்ணையில் முந்திக் கொண்டு நிற்பது செல்வராசுதான்.

சுப்புணிக்கு வேலை பூந்துறையில். சென்னிமலைக்கு நவீனமும் நாகரிகமும் எட்டிப் பார்ப்பதே பூந்துறை வழியாகத் தான். குமுதம் விகடன் என வாராந்தரிகளிலிருந்து புதுப்பட சிடிக்கள் வரை அனைத்துமே அங்கிருந்துதான் வரவேண்டும். அதிலும் சுப்புணி வணிகவரி இலாக்காவைச் சேர்ந்தவன் என்பதால் முன்னுரிமை உண்டு. சென்னிமலைக்கு அவன்தான் 'வண்டிச்சக்கரம்' சிவகுமார். சாயங்காலம் ஏழு மணிக்கு அரச்சலூர் வழியாக வரும் 'அங்கயற்கண்ணி' பேருந்தில் அவன் வந்திறங்கும் போதே வாடிக்கையாளர்கள் வரிசைகட்டி நிற்பார்கள்.

அங்காளம்மன் கோயில் தெருவையடுத்த நடுக்கம்பத்து சந்தில் இருக்கும் சுப்புணியின் வீடு பாரம்பரியமான தறிக்கூடம்தான். எப்போது அங்கே தறி இருந்தது யார் நெய்தார்கள் என்ற விபரத்தை சுப்புணியின் அம்மா செவிட்டு முத்தாள்தான் சொல்லவேண்டும். அவளிடம் ஒரு கேள்வியைக் கேட்டு பதில் வாங்குவதற்குள் ஜென்மம் முடிந்து மறுஜென்மம் பிறந்துவிடும். முத்தாள் கடும்

உழைப்பாளி. தறிக்கூடத்து வேலைகள் அத்துப்படி. தவிர சாயங் காலநேரங்களில் பலகாரங்கள் சுட்டு விற்பாள். வீட்டு விசேஷங் களின்போது சமையலுக்கு ஒத்தாசை செய்வாள். சுருக்கங்களுடன் மினுமினுக்கும் அவள் கைகளிலும் தோள்புறத்திலும் பச்சை குத்தின படங்கள். தலைச்சன் கொமரு என்கிற குமரேசன். இளைவன் சுப்புணி என்கிற சுப்பிரமணி. சென்னிமலைப் படிகளில் தவம்கிடந்து பெற்ற பிள்ளைகள். பெயருக்கு முன்னால் இருக்கும் ஒட்டெழுத்தான 'க' என்பது கனகவேலைக் குறிக்கிறது என்பதைத் தவிர அப்பாவைக் குறித்த நினைவுகள் எவையும் சுப்புணியிடத்தில் இல்லை. முத்தாளும் அவரைக் குறித்து எதுவும் சொல்லிப் புலம்பியதுமில்லை. வருந்தியதுமில்லை. சுப்புணியின் நினைவுதெரிந்து முத்தாள் சீருடைபோல் ஒரே உடுப்பில்தான் இருக்கிறாள். மங்கிய காவிச் சேலை. வெள்ளைச் சட்டை. நெற்றிமேட்டில் பச்சை குத்தின நாற்சதுரப் பொட்டு.

நான்கு அங்கணங்கள் கொண்ட சீமையோட்டு வீடு. ஜல்லி யிட்டு மெத்தி சாணிபோட்டு மெழுகிய தரை. வலதுகோடியில் முன்புறம் ஜலதாரையுடன்கூடிய சமையல் அறை. அதையொட்டி மேற்புறம் ஒற்றைச் சன்னல் வைத்த 'பெரிய வீடு'. இடதுகோடி யிலும் அதே அமைப்பு. முத்தாள் புழுங்குவது வலதுகோடிச் சமையல் தடுப்பில்தான். நடுவில் உள்ள இரண்டு அங்கணங்கள் வெறுமையாய் கிடக்கும். வீட்டைப் பூட்டுவது என்றாலே பெரியவீட்டைப் பூட்டுவதுதான். சமையல் அறைத் தடுக்கை மூடி மஞ்சிக் கயிற்றை சுருக்கிட்டு முடிக்கவேண்டும். அவ்வளவுதான். மற்றபடி எதற்கும் பாதுகாப்பில்லை. பாதுகாப்பதற்கும் எதுவு மில்லை.

தமையனுக்கும் தம்பிக்கும் ஏழாம் பொருத்தம். சுருட்டை முடி ஒன்றைத் தவிர ஒத்துப்போகும் அம்சம் எதுவுமில்லை. எதற்குத் தான்சண்டைபோட்டுக் கொள்வது என்ற விவஸ்தையும் இல்லை.

ஆளுக்கொரு பெரியவீடு என்றதும் இடதுகோடியை கொமரு ஆக்கிரமிக்க சுப்புணி வலதுகோடியை ஒப்புக்கொண்டான். ''மேல்கையில பெரியவன்தான் இருக்கணும்'' என்று முத்தாளும் தீர்ப்பளித்துவிட்டாள். கொமரு சுப்புணியைவிட அதிகம் படித்தவன். அதனால் ஈரோட்டில் வேலை. கூடுதலாய் பவுசு காட்டுவான். அறைக் கதவில் திரைச்சீலை ஆடும். ''உள்ள வரதுன்னா கதவத் தட்டிட்டு வரணும். அதான் மேனர்ஸ்'' என்று உத்தரவிடுவான். கட்டில் உண்டு. உறையிட்ட மெத்தையுண்டு. பூப்போட்ட விரிப்புடன் கூடிய கோத்ரேஜ் மேசையும் அதன்மேல்

பிலிப்ஸ் டேப்ரிகார்டரும் உண்டு. அவன் வீட்டில் இருக்கும் சமயத்தில் அவன்மட்டுமே கேட்கும் அளவுக்கு ஒலியளவை வைத்து இளையராஜா பாட்டு கேட்பான். சென்னையில் நடக்கும் கிரிக்கெட் பந்தயத்தை கூத்தபிரானும் ராமமூர்த்தியும் அப்துல் ஜப்பாரும் தமிழில் நேரடியாக வர்ணித்திருக்க அவன் மட்டுமே கேட்டு மகிழ்வான். கதவுக்கு வெளியே காதோடு காத்திருக்கும் சுப்புணியை உசுப்பிவிடவென்றே அவ்வப்போது ஒலியளவைக் கூட்டியும் குறைத்தும் குறும்பு செய்வான். அவனுக்கென்று உயரமான ஆளுயரக் கண்ணாடியுடனான பீரோ உண்டு. ஈரோடு கிளம்பும்போது அறையைப் பூட்டி சாவியை எடுத்துக்கொண்டு போய்விடுவான்.

சுப்புணிக்கு இதைப்போலவே செய்யவேண்டும் என்று ஆர்வம் இருந்தாலும் முதலில் அவன் செய்துவிட்ட காரணத்தால் அதுபோலச் செய்யக்கூடாது என்பதில் தீர்மானமாய் இருந்தான். சுருட்டப்படாத பாய், சோப்பு காணாத எண்ணெய் பிசுக்குடனான தலையணை, தொங்கும் உடுப்புகளுடனான இரட்டைக் கதவுகள் என்று கலகக்காரனாய்த் தன்னைக் காட்டிக்கொண்டான்.

தொலைக்காட்சிப் பெட்டி வந்தபோது கொமருவுக்கு முன்பாக சுப்புணி கோலோச்சினான். உயரமான ஆண்டனாவை கோம்பைச் சுவரையொட்டி நட்டிக் கம்பி கட்டிப் பாடுபட்டு நிறுத்தி பல கோணங்களில் திருப்பி வெண்ணிறப் புள்ளிகள் ஒளிர்ந்த திரை, உருவங்களாய் திருந்தியபோது கூரையிலிருந்து தாவிக் குதித்தான். டயனோரா டிவி அவனை சாகசக்காரனாக்கியது. தொலைக் காட்சிப் பெட்டியை அறைக்குள் தான்மட்டும் காணும்படி இருத்தினான். கொமருவைத் தவிர யாரும் அறைக்குள் வந்து கண்டுகளிக்கலாம். சாயங்காலங்களில் வீடு அமர்க்களப்பட்டது. கொமரு வேண்டுமென்றே தாமதித்து வந்தான். ''சோறு போடாம அடைஞ்சு கெடந்தேன்னா நான் ஈரோட்டுக்கே போயிருவேன் பாரு'' என்று முத்தாளைக் கடிந்தான்.

''போட்டும் விடும்மா. அந்த வூட்டை வாடகைக்கு விட்ற லாம்'' என்று சுப்புணி சூடேற்றினான்.

கொமரு தனக்கெனத் தொலைக்காட்சிப் பெட்டியுடன் வந்த போது இடதுபக்கத்துக் கோம்பையில் இன்னொரு ஆண்டனா முளைத்தது.

''இங்க வந்து பாரும்மா நீ. இது கலர் டிவி'' என்று அன்னையை அழைத்தான் மூத்தவன்.

''புதுசா வந்துருக்குன்னு பழசை மறக்காதே கெழவி. பாத்துக்கோ'' என்று சுப்புணி அவளை மிரட்ட பெரும் சண்டையாகி பஞ்சாயத்துக்கு வந்தது.

ஒருநாள் மூத்தவன் தொலைக்காட்சியிலும் மறுநாள் இளையவன் பெட்டியிலும் கிழவி படம் பார்க்கவேண்டும் என்று பஞ்சாயத்து தீர்ப்பளித்தது.

''இந்தக் கெரகத்தெ நீங்களே பாத்துத் தொலைங்கடா...'' என்று கிழவி சேலையை விரித்துப் புறங்கையைத் தலைக்கு வைத்துத் திண்ணையில் படுத்துக்கொண்டாள்.

சுப்புணி விடவில்லை. திருப்பூரில் கெஜலட்சுமி தியேட்டர் அருகில் டெக் வைத்துப் படம் காட்டுகிறார்கள் எனத் தெரிந்து அதன் நுட்பத்தை அறிந்துவந்தான். வாடகைக்கு டெக் எடுத்து படம் பார்க்கும் புரட்சியை குமரன்மலையில் அவனே தொடங்கி வைத்தான்.

கூதல் கூடிய கார்த்திகை மாதம். இரண்டாம் சனிக்கிழமை இரவு. எட்டு மணிக்கெல்லாம் சுப்புணியின் அறை நிறைந்து விட்டது. அழைத்தவர்களைத் தவிர யாருக்கும் அனுமதியில்லை. டெக்குக்கும் கேசட்டுகளுக்குமான கட்டணத்தையும் அன்றைக்கான மின்சாரக் கட்டணத்தையும் அனைவரும் பகிர்ந்து கொள்ளவேண்டும். சுற்றம் சூழ வருவதோ நண்பர்களை அழைத்து வருவதோ கூடாது என்று உறுதிமொழி எடுக்கப்பட்டது. வெளியில் யாருக்கும் இப்படியொரு சமாச்சாரம் இங்கே நடக்கிறது என்று சொல்லக்கூடாது என்று ரகசியக் காப்புப் பிரமாணமும் எடுக்கப்பட்டது.

காட்டான்களாய் 'ஒளியும் ஒலியும்' மட்டுமே பார்த்துக் கொண்டிருக்கும் குமரன்மலையின் இளைய தலைமுறைகளை அடுத்த கட்டத்துக்கு அழைத்துச் செல்லும் பெருமிதமும் நாடு கடந்துபோய் நாலு விஷயங்களையும் தெரிந்து வந்திருந்தபோதும் தான் பெற்ற இன்பம் பெறுக இவ்வையகம் எனும் பெருந் தன்மையுமாய் சுப்புணி சற்றே உயரம் கூடியிருந்தான்.

ஊரடங்கும் மட்டும் பொறுத்திருக்க முடிவு செய்து முதல் காட்சியாக 'கந்தன் கருணை' ஒளிபரப்பப் பட்டது.

''இந்தப் பய பாரு, சினிமா கொட்டாயில காட்டற மாதிரியே வூட்டுக்குள்ளயும் காட்டறான். பொழச்சுக்குவான் போ'' என்று முத்தாளும்கூட கண்டுகளித்தாள்.

பத்தரை மணிக்கு அவள் கிடந்துறங்க பயல்கள் பரபரத்தார்கள்.

சுப்புணியின் கைவசம் இரண்டு கேசட்டுகள். மலையாளம் ஒன்று. மற்றது கொரியன்.

"மொதல்ல மலையாளத்தைப் போடலாம் சுப்புணி" செல்வராசு சிவந்த கண்களுடன் கெஞ்சினார். குமரன்மலையில் இருப்பது மூன்று தியேட்டர்கள். ஊருக்குள் இருக்கும் இரண்டிலும் மலையாளப் படங்கள் கிடையாது. ஊத்துக்குளி ரோட்டில் இருக்கும் சந்திரரூபா கொட்டகையில், படம் கிடைக்காத இடைப்பட்ட நாட்களில், மலையாளப் படங்கள் போடுவதுண்டு. 'மோகனராத்திரி'யும் 'ஏழரைக்குள்ள வண்டி'யையும் பார்த்திருக்கிறார். ஆனாலும் அவை செல்வராசுக்குத் திருப்தி அளிக்கவில்லை. சூடேற்றிய அளவுக்கு அந்தப் படங்கள் விவரமாய் இல்லை என்ற குறையுண்டு. சுப்புணியின் படங்கள் தனக்கு விமோசனம் அளிக்கும் என்ற நம்பிக்கையுடன் காத்திருந்தார்.

"எதையாச்சும் போடு சுப்புணி. எல்லா ஒண்ணுதான்" அங்கப்பனுக்கு வீட்டுக்குப் போகும் அவசரம். அதற்குள்ளாக இரண்டையும் பார்க்க முடிந்தால் போதும். "காசைக் குடுத்துட்டு பாக்காம போ முடியாதில்ல."

சுப்புணி மலையாளப் படத்தையே தேர்ந்தெடுத்தான். விரிந்த கண்களும் பெருமூச்சுகளுமாய் சுப்புணியின் அறை கொந்தளித்தது. மலையாளப் படம் முடிந்ததும் "ஒரு டீ குடிச்சிட்டு வர்லாமா?" என்று சுப்புணி கேட்டபோது யாரும் ஒப்புக்கொள்ளவில்லை. நேரத்தை வீணாக்கவேண்டாம் என்ற அக்கறையுடன் உடனடியாகவே கொரியாவுக்குத் தாவினார்கள். மலையாளத்தை விட அயல்நாட்டு அழகிகள் பெரிதாய் வசீகரித்தார்கள். குறைவான ஒலி அளவுடன் இருட்டறையில் அந்த சாகசம் அரங்கேறியது.

மறுநாள் காலையில் வெயில் உச்சிக்கேறிய வேளையில் சுப்புணி சிவந்த கண்களுடன் வெளியில் வந்தான். வீட்டுவாசலில் கிடந்த ஆட்டாங்கல்லில் கறிக்குழம்புக்கு மிளகாட்டிக் கொண்டிருந்த 'மில்லுக்கார' ராமாத்தா "என்ன சுப்புணி நீ? எங்ககிட்ட ஒரு வார்த்தை சொல்லிருந்தா நாங்களும் பாத்துருப்போமில்ல?" என்று கேட்டபோது அதிர்ந்து போனான். வாய்க்குள் ஊறிக்கிடந்த பேஸ்ட்டும் எச்சிலும் காற்றில் தெறித்தன. "என்னக்கா சொல்றே?"

"நேத்து ராத்திரி உங்க வூட்ல டெக் வெச்சு சாமி படம் போட்டுக் காட்டினியாமே? அம்மா சொன்னாங்க."

அன்றிலிருந்து 'சாமி' படம் என்பது குழூக்குறி ஆனது.

இப்படியொரு சமாச்சாரம் நடப்பது இரண்டு வாரங்களுக்குப் பிறகுதான் கொமருவுக்கு தெரிந்தது. குதித்தான். குமுறினான். முத்தாளிடம் சண்டையிட்டான். அவள் நம்பத் தயாராயில்லை.

''நானே பாத்தேன். நீ என்னடா சொல்றது?'' என்று புறங்கையால் தள்ளிவிட்டாள். எட்டாவது இட்லியை சாம்பாரில் பிசைந்து ஆவலுடன் தின்றுகொண்டிருந்த சுப்புணிக்கு உற்சாகம் தாளவில்லை.

''இந்த அமாவாசைக்கு முந்தின ராத்திரி 'தாய் மூகாம்பிகை' படம்மா. மறந்துராதே'' என்று கூவினான்.

சாயங்காலம் ஆறு மணிக்கே சாமி படத்தை போட்டுவிட்டால் ராத்திரி கிழங்கள் ஓய்ந்து போன பிறகு அசலான 'சாமி' படத்தை அரங்கேற்றலாம். இல்லையேல் சமாளிக்கமுடியாது என்றுதான் இந்த ஏற்பாடு.

வெறுமனே ஒட்டும் வெட்டுமான 'சாமி' படம் பார்த்துக் கொண்டிருந்தவர்களை சுத்த நீலத்துக்கு மாற்றியதில் பெரும்பங்கு கொமருவுக்குத்தான். இந்த விளையாட்டை கலைக்கவேண்டும் என்ற பொறாமையுடன் அவன் செய்த காரியம் சுப்புணியின் கையை மேலும் ஓங்கச் செய்தது.

மேட்டாங்காடு சின்னக்காசியிடம் போய் விபரத்தைச் சொன்ன தோடு கொமருவின் வேலை முடிந்தது. சின்னக்காசிக்கு தெரியா மல் குமரன்மலையில் யாரும் சத்தமாய் தும்மல்கூட போட முடியாது. எல்லாவற்றிலும் முந்திக்கொண்டு நிற்பவன். சின்னக்காசியை சுருக்கமாக அறிமுகப்படுத்த ஒரே வார்த்தை போதும். மைனர். பல்துறை வித்தகன். அனுபவசாலி. மாதமொரு முறை ஏற்காடு எக்ஸ்பிரஸில் பட்டணத்துக்குப் போய் உல்லாசம் அனுபவித்து வரும் சொகுசாளி. திங்கட்கிழமை சாயங்காலம் அவன் சொல்லும் கதையைக் கேட்க ஊர் பெருசுகள் தவம் கிடக்கும். ஒவ்வொரு முறையும் ஆயிரங்கள் செலவு செய்து சொர்க்கம் போய்வருவது கண்டு வயிறெரிந்தாலும் அவன் கதை கேட்டேனும் ஆன்மசாந்தி அடையும் உத்தேசம் அவர்களுக்கு.

கொமரு வந்து சொன்னபோது அவன் ஆர்வத்துடன் கேட்டுக் கொள்ளவில்லை. சின்னக்காசிக்கு வீடியோ போடுவதில் பெரிய ஆர்வமும் இல்லை. ஆட்சேபணையும் இல்லை. ஆனாலும் தனக்குத் தெரியாமல் இப்படியொரு காரியம் ஊரில் நடப்பதை நாம் எப்படி அனுமதிக்கலாம்?

''சுப்புணியை வந்து என்னைப் பாக்கச் சொல்லு'' என்றபடி

வெண்ணெயிட்டு முறுக்கேற்றிய மீசையைத் தடவியபடி சின்னக்காசி சொன்னதுமே கொமருவுக்கு கொண்டாட்டம். தொலைந்தான் சுப்புணி.

சுப்புணி சின்னக்காசியை சந்தித்துவிட்டு வந்த மறுநிமிடமே பாவடியில் சங்கத்தின் அவசரக் கூட்டம் நடந்தது. கொமருவுக்கு கற்பனை தறிகெட்டோடியது. சின்னக்காசி அண்ணன் ஆப்பு வைத்துவிட்டான், இத்தோடு சுப்புணி ஆட்டம் குளோஸ். மறுபடியும் இந்தப் பயல்கள் பாவடியில் கிடந்து சாகட்டும்.

சின்னக்காசி அண்ணன் முன்வைத்த யோசனையை சுப்புணி சொன்னபோது நாங்கள் பயந்தோம். ''டேய் பயமாருக்குடா. என்னவோ இத்தனை நாள் திருட்டுத்தனமா பலான படத்தைப் பார்த்தோம். அதோட போட்டுண்டா. இது வேண்டாண்டா மாப்ளே. யாருக்காச்சும் விஷயம் தெரிஞ்சா மானம் போயிடுண்டா.'' அங்கப்பன் நடுங்கினான். மாதேஷுக்கு ஆசையாகவும் இருந்தது, அச்சமாகவும்.

''யாருக்கும் தெரியாதுடா. இதுபோலவே சாமத்துல போட்டு முடிச்சிர்லாம். அதெல்லாம் பெரிய படமா இருக்காதுடா. சட்டுபுட்டுன்னு வேலை முடிஞ்சா அப்பறம் வேறென்னத்த காட்டப் போறாங்க.'' செல்வராசு உற்சாகமானார்.

''வேண்டாங்கறதை ஓட்டி விடற வசதியும் இருக்கில்ல.''

மாதத்தில் ஒருநாள் நீலப்படம் போடுவது என்று ஒருவழியாக முடிவானது. படம் போடும் சமயத்தில் சின்னக்காசி வருவது என்று தீர்மானித்தார். அவரது ஒரே நிபந்தனை - முதல் படமாகத் தான் சொல்லும் படத்தைத்தான் போடவேண்டும். படத்துக்கு அவரே ஏற்பாடு செய்தார்.

மங்களகரமாய் மலையாள தேசத்தில் தொடங்கி சர்வதேச அளவுக்கு வியாபித்து பார்வையாளர் கூட்டமும் பல்கிப் பெருகிய சமயத்தில்தான் சுப்புணி குலதெய்வத்தை மாற்றுவது என்று தீர்மானித்து எங்களை அதிர்ச்சிக்கும் கோபத்துக்கும் ஆளாக்கியிருக்கிறான்.

பாவடிச் சங்கத்தின் முதல் குலதெய்வத்தைத் தேர்ந்தெடுத்தது ரங்கா தியேட்டரில்தான். ரஜினிகாந்தின் படம். இன்னொரு நாயகனின் ஜோடியாக புதுமுகம் ஒருத்தி. ஒல்லியான தேகம். வெள்ளைத் தோல். தட்டினால் ஒடிந்துவிடுவாள். திரையில் அவளைக் கண்டதுமே சுப்புணி பரவசமடைந்தான். தன்னை மறந்து கூவினான் ''குலதெய்வமே!'' அன்றுமுதல் ஒட்டுமொத்தப்

பாவடிச் சங்கமும் அவளையே குலதெய்வமாக ஏற்றுக் கொண்டது.

ஒன்றரை வருடங்கள் வரையிலும் அவளது குலதெய்வப் பதவிக்கு பங்கம் வரவில்லை. அதற்குள்ளாகவே நான்கைந்து படங்கள் அவள் நடித்து வெளியாகின. எல்லாப் படத்தையும் முதல் காட்சி பார்த்தார்கள். அவளது படங்களைச் சேகரித்து ஆல்பம் தயாரித்தார்கள். செய்திகளை வெட்டி அப்-டேட் செய்தார்கள். பிறந்த நாளுக்கு தேரடித் தெருவில் கேக் வெட்டினார்கள்.

குலதெய்வத்தின் பிறந்த நாள் கொண்டாடி மூன்றாவது நாள். உள்ளூர் மாரியம்மன் பண்டிகை. மஞ்சளும் வேப்பிலையுமாய் ஊரே பக்திப் பரவசத்தில் திளைத்திருந்தது. பாவடிச் சங்கத்தின் சார்பாக 'இலவச நீர்மோர் பந்தல்' திறக்கப்பட்டிருந்தது. மாரியம்மனின் படத்தருகே குலதெய்வ நாயகியின் படமும்.

பண்டிகைக்கென திருமகள் தியேட்டரில் கமல் நடித்த 'வெற்றி விழா' படம். முதல் மூன்று நாட்களில் படம் பார்க்க யாருக்கும் நேரம் வாய்க்கவில்லை. பகல் முழுக்க நீர்மோர் பந்தல். சாயங்காலத்திலிருந்து கம்பத்தைச் சுற்றி ஆட்டம். மூன்றடியாட்டம், நாலடியாட்டம் என்று கலகலத்தது. ஒவ்வொரு ஆண்டும் பண்டிகைக்கென சங்க உறுப்பினர்கள் ஒன்றுபோல உடுப்பணிவார்கள். இந்த வருடம் ஈரோடு எஸ்பிபியில் தெரிந்தெடுத்த பூப்போட்ட வாயில் புடவையில் சட்டை தைத்திருந்தனர். மஞ்சநீராடிய நாளன்று மாலையில்தான் தியேட்டருக்குப் போக வாய்த்தது.

அனைவரும் களைத்திருந்தனர். படத்தில் கவனம் இருக்கப் போவதில்லை என்று தெரிந்தும் சாங்கியத்தை விடக்கூடாது என்று உள்ளே வந்துவிட்டார்கள். படம் தொடங்கியது. நாயகன் உற்சாகமான துரத்தலில் துடித்தோடிக் கொண்டிருக்க சுப்புணி மெல்ல கால்களை நீட்டி கண்ணசரத் தொடங்கினான்.

யார் அவனை உசுப்பி எழுப்பினார்கள்? எப்படி அந்தக் காட்சியில் அவன் கண் விழித்தான் என்று தெரியவில்லை. திடீரென்று எல்லோரையும் கத்தி எழுப்பினான்.

''அங்க பார்றா... அதப் பார்றா... நம்ம குலதெய்வத்தைப் பார்றா...'' என்று பரவசமானான். இந்தப் படத்தில் குலதெய்வம் நடிக்கவில்லையே என்ற வியப்புடன் கண்களைத் தேய்த்தபடி திரையைப் பார்த்தனர். 'சீவிச் சிணுக்கெடுத்து பூவெ முடிச்சுவந்த புதுப் பொண்ணே' என ஆடிக்கொண்டிருந்தது குஷ்பு.

ஏற்கெனவே சில படங்களில் பார்த்திருக்கிறார்கள். ஆனாலும் அத்தனை வசீகரித்ததில்லை. அவளை இப்போது இவன் குலதெய்வம் என்று கொண்டாடுகிறானா? தூக்கக் கலக்கத்தில் உளறுகிறான் என்று நினைத்தார்கள்.

ஆனால் சுப்புணி தூக்கம் துறந்திருந்தான். களி மிகுதியுடன் இமை மூடாது திரையில் ஆழ்ந்திருந்தான்.

தியேட்டரிலிருந்து வெளியே வந்த நொடியில் அருகில் இருந்த பூக்கடையிலிருந்து வாடிப்போயிருந்த கனகாம்பரத்தை இரண்டு முழம் கொண்டுவந்தான். போஸ்டர் ஒட்டியிருந்த தட்டியில் குஷ்புவின் படம் மிகச்சிறியதாகவே இருந்தது. பொருட்படுத்தாது இருந்த இடத்தில் மாலை சூடி அழகு பார்த்தான்.

பாவடிச் சங்கத்தில் குலதெய்வமாய் அன்று குடியேறிய குஷ்புவின் இடத்துக்கு இன்னொருத்தி வருவது பற்றிய யோசனையே யாருக்குமில்லை. காலத்துக்குமான குலதெய்வம் குஷ்புவே என்று நம்பிக்கை கொண்டிருந்தனர்.

இப்போது திடீரென்று இன்னொருத்தியைக் குலதெய்வம் என்கிறான் இவன். போட்டோவைக்கூட கையைக் கழுவிவிட்டுத் தொடும்படி கட்டளையிடுகிறான். நியாயம் கேட்டால் சனிக்கிழமை காட்சியைச் சொல்லி பிளாக்மெயில் செய்கிறான். வேறு வழியில்லை. அவன் சொல்வதை ஒப்புக்கொள்ள வேண்டியதுதான்.

செல்வராசு ரோஷத்தை விடாத மூஞ்சியுடன் வேண்டாவெறுப்பாய் தள்ளி அமர்ந்தான்.

''என்னடா பேரு?'' அலட்சியமாய் கேட்டான் அங்கப்பன்.

''தேவமனோகரி'' ஒவ்வொரு எழுத்தையும் அத்தனை லயிப்புடன் ரசித்துச் சொன்னபோது பெரும் பரவசத்திலிருந்தான் சுப்புணி. பேரைச் சொல்லவே இத்தனை அலப்பரையா?

''எந்தப் படத்துலடா பாத்தே?''

கண்ணை உருட்டியபடி உற்சாகத்துடன் அருகில் அழைத்தான்.

''இதுல முக்கியமான விஷயம் என்னன்னா படத்துல பாத்து முடிவு பண்ணலடா...'' சஸ்பென்ஸ் தருகிறானாம். இடைவெளி விட்டுச் சிரித்தான்.

''சொல்லித் தொலைடா நாயே'' செல்வராசுவின் எரிகுரல் எங்களுக்குக் கேட்டது.

''நேர்ல பாத்தேண்டா...'' சொல்லியபடியே எங்கள் முகத்தை அவன் பெருமையுடன் ஏறிட்டான்.

ஒருகணம் அதிர்ச்சியாகத்தான் இருந்தது. இவளை எங்கே இவன் நேரில் பார்த்தான்?

''புளுகாதடா. குலதெய்வம்னு சொன்னே. செரின்னு சொன்னோங்கறதுக்காக நேர்ல பாத்தேன்னு கதை கட்டாதடா.'' அங்கப்பன் வேட்டியை உதறிக் கட்டினான்.

''நம்புங்கடா. நேர்ல பாத்துதான்டா முடிவு பண்ணினேன். பொறுமையாக் கேளுங்க. சொல்லி முடிச்சதும் உங்களுக்கு பார்ட்டி தரேன். ராமசாமி கடையில புரோட்டா.''

ராமசாமி கடையில் புரோட்டா வாங்கித் தருகிறான் என்றால் அவன் என்ன சொன்னாலும் கேட்கலாம். என்ன குடி முழுகப் போகிறது?

சென்னையிலிருந்து தணிக்கையின் பொருட்டு வந்திருந்த அதிகாரியை வழியனுப்புவதற்காக ஈரோடு ரயில் நிலையத்தில் காத்திருந்தான் சுப்புணி. அதிகாரி சூடான ஆவின் பாலை ருசித்துக் கொண்டிருக்க சுப்புணி நடைபாதையில் மெல்ல நடைபோட் டான். ஏற்காடு எக்ஸ்பிரஸில் ஏறக் காத்திருந்த அழகிகளைப் பெருமூச்சுடன் பார்த்து, 'எங்கிருந்தாலும் வாழ்க' என மனதார வாழ்த்தி நடந்தவனின் எதிரில் அவள் வந்துகொண்டிருந்தாள். ஜென்மம் எடுத்ததன் பலனை அப்போதுதான் அவன் அனுபவித் தான். கடவுள் கண்களை எதற்காகப் படைத்தான் என்பதும் அங்குதான் விளங்கியது. பிரபஞ்சம் மொத்தமும் அவள் காலடியில் குவிந்திருக்க குதிரைபோல குதித்து நடந்துவந்தாள் அவள். காற்றில் அலைந்த கூந்தல் அவனைக் கட்டியிழுத்தது. முகத்தில் பாதி மறைத்திருந்த குளிர்கண்ணாடி அவனை சூடாக்கி யது. அவனை அவள் கடந்து நடந்தபோது காற்று வாசனை பூசியிருந்தது. மந்திரிக்கப்பட்டவனாய் திரும்பி அவளைத் தொடர்ந்து நடந்தான். பெட்டி படுக்கைகளுடன் அவள் பின்னால் நடந்தவனுடன் சேர்ந்து தொடர்ந்தான். இப்போது அவளது பின்னழகு அவனை இழுத்துச் சென்றது.

அதிகாரி அவனை அழைத்தது காதில் விழவில்லை. அவரையும் கடந்து நடந்தான். ஏ.சி கோச்சின் வாசலில் நின்று பெட்டிக்கார னிடம் என்னவோ கேட்டாள். அவன் ஆமோதித்ததும் கம்பியைப் பிடித்துத் தாவி ஏறினாள். ஒருகணம் நின்று திரும்பி அவன்

பக்கமாய் பார்த்தாள். அந்த ஒருகணத்தில் சுப்புணி வாழ்வாங்கு வாழ்ந்தான்.

பெட்டியை உள்ளே ஏற்றியவனிடம் வேர்வையைத் துடைத்த படி மெல்ல கேட்டான். ''யாருப்பா இது?''

அவன் முகத்தை ஏறிட்டவன் அலட்சியமாய் ''தெரியாதா உனக்கு? நடிகை மனோகரி.''

மூடிய கதவைப் பார்த்தபடியே நின்றான். ஜன்னல் வழியாக உள்ளே எட்டிப் பார்த்தான். திரைச்சீலைக்கப்பால் எதுவும் தெளிவாகத் தெரியவில்லை. பசை ஈரத்துடன் அப்பியிருந்த பிரயாணிகளின் பட்டியலைத் தேடினான். மனோகரி என்ற பெயரே கண்ணில் தட்டுப்படவில்லை. ஏறிப் பார்த்துவிடலாம் என்று கால்வைத்த சமயத்தில் அதிகாரி அருகில் வந்து கழுத்தில் கைவைத்தார்.

''இங்க இருக்கேன் சுப்புணி.''

இளித்தபடியே அவர் கையிலிருந்த பெட்டியை வாங்கினான். ''இந்த கோச்சுதானே சார். வாங்க'' என்று ஏறினான்.

''சுப்புணி. இது ஏ 1. என்னோடது ஏ2 கோச். அடுத்தது. அங்க போலாம் வாங்க'' என்று நடந்தார்.

''இதுல ஏறிக்கூட போலாமே'' என்று அவன் சொன்னதை காதில் வாங்கவில்லை அதிகாரி.

இருக்கையைக் கண்டடைந்து பெட்டியை வைத்ததும் ''தேங்க்ஸ் சுப்புணி'' என்று அவர் சிரிப்புடன் கைகுலுக்க பதில்கூட சொல்லாமல் தாவி வெளியே வந்தான். அதே கணம் விசில் சத்தம் கேட்டது. தொலைவில் பச்சை விளக்கு ஒளிர ஏற்காடு எக்ஸ்பிரஸ் ஊர்ந்து நகர்ந்தது.

சுப்புணி ஏ1 பெட்டியோடே ஓடினான். ஒளிச் சதுரங்களினூடே தேவதையின் முகம் தேடினான். நடைமேடையின் எல்லைக்கு வந்தபோது ரயில் வேகம் பிடித்திருந்தது.

''அழகுன்னா அப்பிடியொரு அழகுடா. என்னால அங்கிருந்து நகரவே முடியலை. ஒண்ணுமே புரியலடா. அடுத்த ரயிலைப் புடிச்சு மெட்றாஸ் போயிர்லாம் போலக்கூட தோணிச்சுடா. கொஞ்ச நேரத்துக்கப்பறந்தான் மனசு ஒரு நெலைக்கு வந்துச்சு. எங்க வந்தாங்க, என்ன விஷயம்னு தெரிஞ்சுக்கணும்னு யோசிச்சேன். மறுநாள் காலையிலேயே கோபிக்குப் போனேன். நான் நெனச்சமாதிரியே சூட்டிங்தான் வந்திருந்தாங்க. மறுபடி எப்ப

வருவாங்கன்னு விசாரிச்சேன். அடுத்த மாசம் பத்தாம் தேதி வர்றாங்க. எமரால்ட் ஹோட்டல்லதான் தங்கறாங்க. இந்தப் படமெல்லாம் புக்ல வந்தது.''

மூச்சுவிடாமல் பேசினான் சுப்புணி. பத்தாம் தேதி காலையிலேயே ஏற்காடு எக்ஸ்பிரஸ் வரும் நேரத்துக்கு ஈரோடு ரயில் நிலையத்தில் இருப்பதாக முடிவெடுத்திருந்தான். அலுவலகத்தில் விடுப்பு சொல்லிவிட்டு கோபிக்கு போய்விடுவதாகவும் சொன்னான்.

ராமசாமி கடையில் புரோட்டா சாப்பிட்ட கையோடு குலதெய்வமாய் தேவமனோகரியை ஏற்றுக்கொள்வதாக நாங்கள் நால்வரும் ஒப்புக்கொண்டோம்.

பத்தாம் தேதியன்று மாலையே அவன் வரவை எதிர்பார்த்திருந்தோம். ஆனால் அவனிடமிருந்து தகவல் எதுவுமில்லை. அத்துடன் அதை மறந்தும் போனோம்.

ஒரு வாரம் கழித்து சனிக்கிழமை மாலையில் அழைத்தான். பாவடியில் கூடவேண்டுமெனச் சொன்னான். திருப்பூரார் கடை பெப்பர் சிக்கன் உண்டென்று உத்தரவாதம் அளித்தபோது மறுக்க முடியவில்லை.

பாவடியில் அவனைக் கண்டபோது இன்னும் ஒரு சுற்று அவன் பெருத்திருப்பது போலிருந்தது. புத்தம் புது உடுப்பு. காலில் பளபளப்பான ஷூ. தங்கமுலாமிட்ட கைக் கடிகாரம். ஆளே உருமாறியிருந்தான்.

''எல்லாம் குலதெய்வத்தோட மகிமைடா.'' சொன்ன கையோடு அட்டைப்பெட்டியிலிருந்து முந்திரிகேக்கை எடுத்து நீட்டினான்.

''என்னடா சொல்றே?''

செல்வராசு முன்னெச்சரிக்கையாய் கை கழுவிய ஈரத்தோடு வந்தான்.

''பத்தாந் தேதி காலையிலேயே கோபிக்குப் போயிட்டேன். பாரியூர் அம்மன் கோயில்ல சூட்டிங். இன்னும் பக்கத்துல பாக்க முடிஞ்சுது. அய்யோ, சேன்ஸே இல்லடா. வெயில் தெரியலே, பசி தெரியலே. பாத்துட்டே நின்னேன். அவங்க எது செஞ்சாலுமே அழகா இருந்துச்சு. பாக்கப் பாக்க அவங்க கூடவே இருக்கணும், அவங்களோடவே போயிரணும்னு மனசு தவிச்சுது. ரயில்வே ஸ்டேஷன்ல அன்னிக்குப் பாத்த அந்த ஆள்கிட்ட போயி பேச்சு குடுத்தேன். கையிலிருந்த ஆல்பத்தைக் குடுத்து அவங்ககிட்ட

தரச்சொன்னேன். பிரேக் விட்டபோது அவன் கையில குடுத்தான். எனக்கா பயங்கர படபடப்பு. வேர்த்து ஊத்துச்சு. ரொம்ப ரசிக்கறாமாதிரி தெரிஞ்சுது. அந்த ஆள் கைகாட்டறது தெரிஞ்சுது. மெல்ல பக்கத்துல போனேன். கிட்டப் போன போதே நடுக்கமா இருந்துச்சு. படத்தையெல்லாம் பாத்துட்டு சிரிச்சாங்க. குட் குட்னு சொல்லிட்டே இருந்தாங்க. எல்லா படத்தையும் பாத்துட்டு நிமுந்து பாத்து ''சூப்பர். உங்க பேர் என்ன?''ன்னு கேட்டாங்கடா. என்னால பதிலே சொல்ல முடியலை. என்னோட பேரே எனக்கு ஞாபகத்துக்கு வர்லைடா. என்னத்தையோ ஒளறினேன். அவங்க சிரிச்சாங்க. மறுபடி மறுபடி ''எங்க ஊர்ல உங்க ரசிகர் மன்றத் தலைவர் நான்தான். உங்களை எனக்கு ரொம்பப் புடிக்கும். நீங்கதான் என் குலதெய்வம்''னு மட்டும் சொல்லிட்டே நின்னேன். எல்லாத்துக்கு சிரிச்சாங்க. அவங்க சிரிக்கும்போது பாக்கணுமே... அய்யோ... எத்தனை சொத்து இருந்தாலும் மொத்தமா எழுதி வெச்சர்லாண்டா.'' சுப்புணியை அந்தப் பொழுதுக்குள்ளிருந்து வெளியில் கொண்டுவருவது பெரும் பாடாயிருந்தது.

''செரி செரி. அப்பறம் என்னாச்சு சொல்லு. ரொம்பத்தான் வழியற.'' செல்வராசு பொறுமையின்றி சிடுசிடுத்தான்.

''உங்களோட போட்டோ எடுத்துக்கலாமான்னு கேட்டேன். என்ன சொல்வாங்களோன்னு பயந்தேன். ஆனா அவங்க ஒண்ணுமே சொல்லலைடா. பக்கத்துல நின்னு போஸ் குடுத்தாங்கடா'' என்றவன் இடதுதோளை மிக மெதுவாகத் தொட்டு ''இவ்ளோ பக்கத்துல நின்னாங்கடா. அய்யோ... என்ன வாசனை... எத்தனை சந்தோஷம்...'' என்று கண்மூடினான்.

பழுப்பு நிறக் கவரிலிருந்த படத்தை அங்கப்பன் வெளியே எடுத்தான். அவன் சொன்னது உண்மைதான். சிவப்பு ரிப்பன் கட்டிய இரட்டை ஜடையும் பச்சை தாவணியுமாய் தேவமனோகரி சுப்புணியின் அருகே நின்று சிரித்திருந்தாள்.

''கலக்கிட்டடா மாப்ளே'' அங்கப்பன் உற்சாகத்துடன் கைகுலுக்கினான். மூவரும் அவனை முறைத்தோம். இவன் என்ன திட்டமிடுகிறான்?

சுப்புணி அத்துடன் விடவில்லை. ''ஒரு வாரமா தினமும் சூட்டிங்தான். அய்யா இப்பல்லாம் ஓரமா ஒதுங்கியெல்லாம் நிக்கறதில்லை. அவங்க உட்கார்றதுக்கு சேர் இருக்கும். வெயிலுக்கு குடைகூட இருக்கும்'' என்று நிறுத்தியபோது செல்வராசு ''அதப் புடிச்சிட்டு நிக்கறியா நீ?'' என்று கேட்டான்.

சுப்புணிக்கு எதுவும் பொருட்டில்லை இப்போது. சிரித்த படியே ''அங்கதான் நின்னுட்டிருப்பேன். என்னைய யாரும் எதுவும் சொல்லமாட்டாங்க'' பெருமையுடன் சொன்னான்.

''ஆபிஸ் போகலையாடா?''

''என்னடா பெரிய ஆபிஸ். இத்தனை வருஷமும் அங்கதான்டா உழைச்சுக் கொட்டறோம். என்னத்தைக் கண்டோம். இந்த நாலு நாள் வாழ்ந்ததுதான் வாழ்க்கைடா. போதுண்டா.'' மிகு பரவசத்தில் மிதந்தவனை கீழே இறக்க முடியவில்லை.

''நாளைக்கு நீங்களும் வாங்கடா. நம்ம குலதெய்வத்தோட ஒண்ணா நின்னு படமெடுத்துக்கலாம். இந்த வருஷப் பொங்கலுக்கு அந்தப் படத்தையே பெரிசு பண்ணி ஒட்டிர்லாண்டா.''

மாதேஷ் ஆர்வமற்றவனாய் சொன்னான் ''ஒனக்கென்னடா மாப்ளே. அரசாங்க உத்தியோகம். போனலும் சம்பளம் போகாட்டியும் சம்பளம். எங்க பொழப்பு அப்பிடியா. தறிப்பட்டறையில விடமாட்டாங்கடா.''

செல்வராசுவும் பீடித்துண்டை எறிந்துவிட்டு ''நமக்கெல்லாம் பொறுமை இல்ல சுப்புணி. நீயே படமெடுத்துட்டு வா. போதும்'' என்று ஊமத்தைப் புதர் அருகே வேட்டியைத் தூக்கியபடி சென்றார்.

சுப்புணி திண்ணையிலிருந்து தாவி இறங்கினான். கூலிங் கிளாசைத் துடைத்து மாட்டியவன் ''உங்களுக்கு நல்ல வாய்ப்பு. நாளைக்கு என்ன மச்சான், எங்கிட்ட சொல்லீர்க்கலாமேன்னு நீங்க வருத்தப்படக் கூடாதுன்னுதான் சொன்னேன். அப்பறம் உங்க இஷ்டம்'' என்று உதடு சுழித்தான்.

''இருட்டுல இதப் போடாதடா. பாவடிக் கல்லுல போய் மோதிக்குவே.'' அங்கப்பன் தோளில் தட்டினான்.

''போங்கடா. தூங்கும்போதுகூட இதைப் போட்டுக்கு வேன்டா'' என்றவன் வானத்தைப் பார்த்தபடி சிரிக்க முயன்றான். அவசரமாய் கண்களை மூடிக்கொண்டோம். சைக்கிள் பெல்லை ஒலித்தபடி நகர்ந்தவன் நின்று திரும்பினான்.

''இன்னொரு விஷயம்டா. மறந்துட்டேன். இந்த வாரம் படம் கெடையாது.'' சொல்லிவிட்டு இருளில் மறைந்த பிறகுதான் இந்த வாரம் நீலப்படத்துக்கான தவணை என்பது உறைத்தது.

செல்வராசு பீடித்துண்டை எறிந்துவிட்டு சுப்புணி சென்ற திசையில் காரித் துப்பினான்.

அதன் பிறகு ஒரு மாதம் கழித்து சுப்புணியை நாங்கள் பார்த்தது ஈரோடு நடேசன் மருத்துவமனையில்தான்.

ஞாயிற்றுக்கிழமை காலை. ரேடியோவில் ஏழேகால் மணி செய்தியை அப்போதுதான் சரோஜ் நாராயணசாமி வாசிக்கத் தொடங்கியிருந்தார். நெய்து முடித்த போர்வைகளுக்கு குஞ்சம் கட்டிக்கொண்டிருந்தபோது மூச்சுவாங்க வந்து நின்றான் மாதேஷ். வேர்வை வழிந்த முகத்தைத் துடைத்தபடியே ''சுப்புணி ஆஸ்பத்திரில இருக்கான்'' என்றான்.

அவன் சொன்னது எனக்குப் புரியவில்லை. எழுந்து அவனருகே வந்தேன்.

''என்னாச்சுடா?''

''கொமருக்கும் அவனுக்கு சண்டையாம். அதான்...'' இன்னும் அவன் மூச்சு சீரடையவில்லை.

பழகிப்போன விவகாரம்தான் என்று மனம் சலித்தது. இதற்கு முன்னும் மூன்று தடவைகள் இருவரும் சண்டை போட்டு மண்டை உடைந்து ஆஸ்பத்திரிக்கு போயிருக்கிறார்கள்.

''எப்பவும் இருக்கறதுதான்டா. விடு. எந்த டாக்டர்கிட்ட?''

வழக்கமாகத் தேரடி அருகில் இருக்கும் புஷ்பகலாவிடம்தான் அவன் செல்வான். ''ஊசி போடறதாச்சும் பொம்பளை டாக்டர் போடட்டுண்டா'' என்று விளக்கம் சொல்வான்.

மாதேஷ் தலையாட்டினான். ''இல்லடா. ஈரோடு ஆசுபத்திரி லன்னு சொன்னாங்க. நீ வரியா மச்சான்?''

லுங்கியை கழற்றி எறிந்துவிட்டு கைக்கு அகப்பட்ட பேண்டை அணிந்துகொண்டு அவனுடன் ஓடினேன். அங்கப்பனும் செல்வ ராசும் காத்திருந்தார்கள். 'அங்கயற்கண்ணி' சாவகாசமாக வந்து நின்றது. தாவி ஏறினதுமே செல்வராசு டிரைவரிடம் சென்றான். ''அண்ணே. கொஞ்சம் சீக்கிரமா போகணும். நம்ம சுப்புணி ஆசுத்திரில கெடக்கறானாம்.''

டிரைவர் தலையைத் தாழ்த்தி கண்ணாடி வழியாக செல்வ ராசைப் பார்த்தான். கைகடிகாரத்தை ஓரக்கண்ணால் கவனித்த படியே ''ஈரோட்டுக்கு பத்தரைக்குத்தான் டயம். அதுக்கு முன்னாடியும் போப்படாது. பின்னாடியும் போப்படாது. அங்கயற்கண்ணி என்னிக்காச்சும் பன்க்சுவாலிடியை மிஸ் பண்ணிருக்கா சொல்லு. டாண்ணு பத்தரைக்கு எறங்கிக்கலாம். போய் ஒக்காரு'' என்றார்.

வேறு வழியிருக்கவில்லை. அருகே உட்கார்ந்ததும் நிதான மாகக் கேட்டேன் ''என்னாச்சுன்னு யாருக்காச்சும் தெரியுமாடா?''

நேற்று காலையில் விடிந்ததுமே பிரச்சினை ஆரம்பித்திருக் கிறது. அரைப்படி அளவு வாணாப்போசியில் ஆவி பறந்த காபித்தண்ணியில் ஊட்டி வர்க்கியை முக்கித் தின்றுகொண்டிருந்த சுப்புணியின் கண்ணில் படும்படி அந்த கேசட்டை சோபாவின் மீது போட்டான் கொமரு. காபித்தண்ணியில் ஊறிய வர்க்கியை அலாக்காக வாய்க்குள் போட்டு மென்றிருந்த சுப்புணி கண்டு கொள்ளாமல் இருக்க கொமருவே தொடங்கினான் ''இந்த வார சனிக்கிழமை இந்தப் படத்தைப் போடுறா.'' சோபாவின் மீது கிடந்த கேசட்டை ஒரு முறை ஏறிட்டவன் கழுத்தை உயர்த்தி பி எஸ் வீரப்பா பாணியில் சிரித்தான். தோள்களிலும் மாரிலும் ஸ்பிரிங்குகள் போல அடர்ந்து சுருண்டிருந்த மயிர்க்கற்றைகள் அசைந்து அடங்கின. முறம் நிறைய கிடந்த ரக்கிரி கீரையை ஆய்ந்தபடி திண்ணையில் உட்கார்ந்திருந்த கிழவியைப் பார்த்து ''மானமெதாச்சும் கருக்குதா பாரும்மா'' என்றபடி சிரித்தான்.

நிமிர்ந்து பார்த்தாள். இருவருக்கும் இடையில் தொடங்கிய புகைச்சலைக் கண்டுகொண்டவள் எதுவும் பேசாது கீரையைக் கிள்ளுவதில் முனைந்தாள்.

கொமரு இடுப்பு வேட்டியைச் சுருட்டி இறுக்கியபடியே ''இங்க பாரும்மா. இது ரொம்ப விசேஷமான சாமிம்மா. விட்டா கெடைக்காது. சொல்லிட்டேன்'' என்று கண்ணாடியைப் பார்த்து சுருண்ட தலைமயிரைக் கோதினான்.

''அவ்ளோ விசேஷம்னா நீ பார்றா. கூவிக் கூவி எதுக்குடா அடுத்தவனைக் கெஞ்சறே?'' கிழவி சொன்னதும் சுப்புணி மறுபடி கழுத்தை உயர்த்திச் சிரித்தான்.

கொமருவுக்கு கிழவியின் மேல் ஆத்திரம் கிளர்ந்தது. சுப்புணி வாணாப்போசியை எடுத்து சமையலறை மூலையில் இருந்த ஜலதாரையில் போட்டான். வாயைக் கொப்புளித்தபடியே வந்தவன் சோபாவில் திம்மென்று உட்கார்ந்தான். கேசட்டை அலட்சியமாய் பார்த்தபடியே நேற்றிரவு வாங்கி வந்த சினிமா எக்ஸ்பிரஸின் நடுப்பக்கத்தை விரித்தான். புளோ-அப்பில் அவனது குலதெய்வம் இடுப்புக்குக் கைகொடுத்து நின்றிருந்தாள். அண்மை சேய்மையில் படத்தை இருத்தி அங்குலஅங்குலமாய் ரசித்தவன் குலதெய்வத்துக்கு நோகும் என்பதுபோல உதடுகளைக் குவித்த படி நடுப்பக்கத்திலிருந்த பின்னை கழற்ற முனைந்தான்.

அவனது அறை வாசலில் ஏற்கெனவே இரண்டு படங்கள்.

கதவில் சற்று பெரிய படம். தீபாவளியின்போது செய்தித்தாளில் விசேஷமாக வெளியான புளோ-அப். அறைக்குள்ளும் வெளி யிலும் குலதெய்வத்தின் படங்கள் சிறிதும் பெரிதுமாக அலங் கரித்திருந்தன.

படத்தை நிதானமாகக் கழற்றி எடுத்தவன் சுவரை நோட்ட மிட்டான். அதை எங்கே ஒட்டுவது?

''அவன்தான் கிறுக்கனாட்டம் செவுரெல்லாம் கண்டவ படத்தையெல்லாம் ஒட்டிட்டிருக்கான். ஒண்ணும் கேக்கமாட்டியா கெழவி நீ?'' கொமரு சத்தமாகவே கேட்டான்.

''யேய், வார்த்தையைப் பாத்துப் பேசணும். சும்மா வாய்க்கு வந்தபடி பேசினா நடக்கறதே வேற'' கண்ணை உருட்டியபடி உதடுகளை மடித்து எச்சரித்தான் சுப்புணி.

''வீட்டுல படத்தை ஒட்டுனா கேப்பேன்தான். சும்மா உருட்டாத. உனக்கு அவ்ளோ ஆசையா இருந்தா ரூமுக்குள்ள மட்டும் ஒட்டிக்க. ஆசாரத்துல எதுக்குடா அசிங்கம் பண்றே?''

''கெழவி, ரொம்ப பேசறான் இவன். வேண்டான்னு சொல்லு.''

கிழவி காதில் போட்டுக்கொள்ளாது எழுந்து வாசலுக்கு நடந்தாள். இனி ரணகளத்தில்தான் இது முடியும் என்று அவளுக்குத் தெரியும்.

''என்னடா ரொம்பத்தான் அலட்டறே? இந்த கேசட்டைப் போட்டுப் பாரு. உங் குலதெய்வம் எப்பிடி அம்மணமா கும்மியடிக்குதுங்கறதை'' கொமரு அலட்சியமாய் சிரித்தபடியே சொன்னான்.

ஒருகணம்தான். சுப்புணி திரும்பினான். கையிலிருந்த படத்தை சோபாவின் மீது போட்ட கையோடு தாவி கொமருவின் இடுப்பில் உதைத்தான். தரையில் சரிந்தவன் மீது முஷ்டியை ஓங்கிக் குத்தி னான். நிலைகுலைந்த கொமரு கால்களை மடக்கி சுப்புணியைத் தன்மீதிருந்து அகற்றினான். வேர்த்து ஈரத்துடனிருந்த சுப்புணியின் உடல் சரிந்தது. புரண்டு திரும்பி எழுந்த கொமரு வேட்டியை இறுக்கியபடியே உதைத்தான். தரையில் ஊர்ந்து நகர்ந்த சுப்புணி கொமருவின் கெண்டைக்கால் தசையைக் கவ்வினான். வெறி யுடன் கடித்தான். வலி பொறுக்காமல் சுப்புணியின் சுருள் தலைமுடியைப் பற்றி இழுத்தான். காலை விடுத்தவன் தலையை அப்படியே உயர்த்தி கொமருவின் வயிற்றில் மோதினான். சோபாவின் முனையில் மோதிச் சரிந்தவன் மீது பாய்ந்து அமர்ந்தான். கைகள் நான்கும் ஒன்றையொன்று பற்றிக்கொள்ளத்

துடித்தன. காற்றைத் துழாவி மூர்க்கத்துடன் மோதின. கால்கள் பின்னிக்கொள்ள இருவரும் உருண்டு புரண்டனர். சாணப் பொருக்குகள் முதுகில் அப்பிக்கொள்ள சுப்புணியின் வேர்வை பெருக்கெடுத்தது. ஒருவரை ஒருவர் கைகளால் அடித்து அடுத்த வரை ஆக்கிரமிக்க எத்தனித்த வேகத்தில் கொமரு தரையில் கிடந்தான். அவன் மேலே சுப்புணி. தலையை உயர்த்தினான். வேகத்துடன் கொமருவின் முகத்தில் மோதுவதே அவன் உத்தேசம். ஆனால் கொமருவின் சற்றே வளைந்த மூக்கைக் கண்டதும் சுப்புணி இலக்கை மாற்றினான். மோதிடக் குனிந்தவன் சட்டென வாயைத் திறந்து கொமருவின் மூக்கைக் கடித்தான். அவன் இதை எதிர்பார்க்கவில்லை. முழு விசையுடன் சுப்புணி யின் ஈர உடலை உதறி எறிந்த அதே சமயத்தில் கொமருவின் மூக்கின் சுவை சுப்புணிக்கு பிடிக்காமல் போகவே அவனும் சற்றே விலகினான். அடுத்த நொடியில் சுப்புணியின் காதுமடலை கொமரு கவ்வியிருந்தான். கடித்தவனும் அலற கடிபட்டவனும் கத்த ஓடிவந்தாள் செவிட்டு முத்தாள். ரத்தம் சொட்டத் தரையில் புரளும் புதல்வர்களைக் கண்டதும் ஆத்திரம் கொப்புளித்தது. வாசலில் காய வைத்திருந்த ஈர விறகுக்கட்டை கண்ணில்பட்டது. கையில் கிடைத்ததை எடுத்துக்கொண்டு உருளும் உடல்களை நெருங்கினாள். இவனா அவனா என்று பேதம் பார்க்காது விளாசித் தள்ளினாள்.

அலறலும் அழுகையுமான சத்தம் கேட்டு பக்கத்து வீட்டு ராமாத்தா ஓடி வந்தபோது செவிட்டு முத்தாளின் கையில் ஈரவிறகின் செலாக்கு குத்தி ரத்தம் வழிய ஒருவன் மூக்கைப் பிடித்துக் கொண்டிருந்தான். அடுத்தவன் காதைப் பொத்தி நின்றான். ஜல்லி தரையில் ரத்தத் துளிகள். செவிட்டு முத்தாளை கைத்தாங்கலாக அழைத்துப் போகும்போது ராமாத்தா ஆளுக் கொரு விறகுக் கட்டையை எடுத்துப் போட்டாள். ''அப்பா சாமிங்களா... உனி அடிச்சிங்கங்கடா. யாரும் கேக்க மாட்டாங்க.''

ரத்தம் வழியும் காதுடன் சுப்புணி தேரடி புஷ்பகலாவிடம் போனபோது அவள் ஈரோட்டுக்கு அனுப்பி வைத்திருந்தாள்.

★

வலது காதைத் தலையோடு சேர்த்துக் கட்டுப் போட்டிருந்தார் கள். சுப்புணி கால்மேல் கால் போட்டபடி தொலைக்காட்சியில் ஆழ்ந்திருந்தான். பாதி அளவு ஆப்பிள் பழத்தை வாய் அசைபோட் டிருந்தது. எங்களைப் பார்த்ததும் உற்சாகத்துடன் தொலைக்காட்சி யின் திரையைக் காட்டினான். குலதெய்வம் இறுக்கமான

உடையில் இச்சையுடன் ஆடிக்கொண்டிருந்தாள்.

''என்னமா ஆடுது பார்றா கொலதெய்வம்.'' கடித்ததுதான் கடித்தான். காதைப் போய் கடித்திருக்கிறான் பார் என்று அப்போது தான் எனக்கு கொமருவின் மேல் கோபம் வந்தது.

அலமாரியிலிருந்த இன்னொரு ஆப்பிளை எடுத்துக் கடித்த படியே அங்கப்பன் கேட்டான். ''ஏ மாப்ளே, அந்த கேசட் இப்ப யார்கிட்டடா இருக்கு?''

சுப்புணி முறைத்தான். ''வேண்டாம் விடுறா மாப்ளே. இவனுக்கு மூக்கு ஏற்கெனவே சப்பைதான். நீ வேற கடிக் கணுமா?'' என்று சிரித்தான் மாதேஷ்.

''அது சரிடா. இப்ப உன் குலதெய்வத்துக்காக காது கடிபட்ட விஷயம் அவங்களுக்குத் தெரியுமா?'' செல்வராசு எகத்தாளமாய் கேட்டபடி கட்டிலில் உட்கார்ந்தான்.

சுப்புணி கால்களை மடக்கிக்கொண்டான்.

''மாப்ளே, சும்மா ஔறாதீங்கடா. அடுத்த வாரம் அய்யா மெட்றாஸ் போறேன் தெரியுமா. இதப் பாருங்க'' என்று தலையணைக்குக் கீழே இருந்து நீல நிற உறை ஒன்றை எடுத்துக் காற்றில் விசிறினான்.

''ஏன் மச்சான், கிழிஞ்சு போன காதை அங்க போனாத்தான் தெக்க முடியுமா?'' அங்கப்பன் கேட்டுவிட்டு சற்றே தள்ளி நின்றான்.

''உங்க புத்திக்கு நல்ல விஷயமே தோணாதா? பிச்சக்காரப் பசங்க. அடுத்த வாரம் குலதெய்வத்துக்கு பொறந்த நாளுடா. பார்ட்டிக்கு வரச்சொல்லி அழைப்பு வந்திருக்கு... அழைப்பு.''

நீல உறையை உற்சாகத்துடன் பிரித்து அந்தத் தாளைக் காட்டினான். கோடுகளும் பூக்களுமான தாளில் அழைப்பிதழ். ஊதா வண்ண மசியில் குலதெய்வத்தின் கையெழுத்தும்.

பொங்கி எழுந்த பொறாமைத் தீயை நெஞ்சில் அமுக்கிய படியே மாதேஷ் உற்றுப் பார்த்தான். உண்மையில் அழைப்பிதழ் தான். ''அவங்க அழைச்சிட்டாங்க சரி. இந்த அறுந்த காத வெச்சுட்டு நீ எங்கடா விருந்துக்குப் போறது?''

சுப்புணி கோபத்தை மறந்திருந்தான். ஆத்திரத்தைத் தொலைத் திருந்தான். ''கட்டுதான்டா பெருசு. ரெண்டு நாள்ல அவுத்தர்லாம். இதெல்லாம் என்னடா பிரச்சினை? உசுரே ஊசலாடிட்டு கெடந்தாலும் பொறந்த நாளைப் பாத்துட்டுத்தான்டா பொறப்

பட்டுப் போகும். உங்களுக்கெங்கடா தெரியும்?''

சுப்புணியின் உடல் மட்டுமே சென்னையிலிருந்து திரும்பியது. உயிரைக் குலதெய்வத்தின் வீட்டு வாசலில் கிடத்திவிட்டிருந்தான். யாரிடமும் பேசவில்லை. எவர் முகமும் பார்க்கவில்லை. வீட்டிலேயே அடைந்து கிடந்தான். சரி அவனாக வரட்டும் என்று நாங்களும் கண்டுகொள்ளவில்லை.

ஆடிவெள்ளி. மலைக்கோயில் படிகளில் தாவணிப் பெண்களின் கொலுசொலி கேட்டு ஆயுள்விருத்திக்கு அடிகோலி யிருந்த சமயத்தில் செவிட்டு முத்தாள் எதிரில் வந்து நின்றாள்.

''ஏங் கண்ணுங்களா, அவந்தான் ரூமுக்குள்ளயே அடஞ்சி கெடக்கானே. என்னன்னு சித்த பாருங்களேன்டா. வேலைக்கும் போகாம வெளியிலயும் வராம என்னாச்சுடா அவனுக்கு?''

மாதேஷ் கிழவியின் பூக்கூடையிலிருந்த தேங்காய் மூடியை எடுத்தபடியே கேட்டான் ''சாப்டறதுக்குக் கூடவா வெளியில வரமாட்டேங்கறான்?''

விபூதியை எடுத்து மாதேஷின் நெற்றியில் பூசியவள் ''அட போடா நீ. அதெல்லாம் வேளை தவறாம கேட்டு வாங்கிக் கொட்டிக்கறான். வெளியிலதான் வரமாட்டேங்கறான். என்னன்னு பாருங்கடா.''

செவிட்டு முத்தாள் சொல்லிவிட்டுப் போய்விட நாங்கள் மூவரும் சுப்புணியின் அறைக்கதவைத் தட்டினோம். திறந்துதான் இருந்தது.

இருண்ட அறைக்குள் கரடிபோல் சுருண்டிருந்தவனைக் கண்டதும் பாவமாகத்தான் இருந்தது. விளக்கொளி விழுந்ததும் வெருண்டெழுந்தான். படுக்கையெங்கும் கிழிந்த தாள்கள் புரண்டு கிடந்தன.

''எதுக்குடா வந்தீங்க?'' உறுமினான்.

மாதேஷ் படுக்கையில் கிடந்த தாளை எடுத்துப் பார்த்து ஆச்சரியத்துடன் கேட்டான். ''இதென்னடா குலதெய்வத்தோட படம்?''

அவன் கையில் இருந்ததை ஆத்திரத்துடன் பறித்தவன் அதை இன்னும் சுக்குநூறாகக் கிழித்து எறிந்தான்.

''யார்றா குலதெய்வம்? காசு குடுத்தா எப்பிடி வேணா

ஆடறவளெல்லாம் குலதெய்வம் ஆயிடுவாளாடா? வாயிலயே போடுவேன். மரியாதையா எந்திரிச்சி போயிடு.'' கண்கள் சிவக்க சுப்புணி கொதித்தான்.

செல்வராசு அவன் தோளில் கைபோட்டு வெளியே இழுத்து வந்தான். நாள்பட்ட தாடியில் அவன் முகம் சகிக்கமாட்டாத லட்சணத்தில் இருந்தது.

''போய் மூஞ்சியக் கழுவுடா. அப்பறமா பேசலாம்.''

வேண்டா வெறுப்பாக முகம் கழுவி வந்தவன் சமையல் தடுப்புக்குள் எட்டிப் பார்த்தான். கிழவி இன்னும் வரவில்லை.

''என்னாச்சுடா? மெட்றாஸ் போயிட்டு வந்தே. ஒண்ணும் விசேஷமே இல்லை. படத்தையெல்லாம் கிழிச்சிப் போட்டிருக்கே. என்னாச்சுடா?''

அதற்காகக் காத்திருந்தவன்போல அழத் தொடங்கினான். கண்களைத் தேய்த்துக்கொண்டு முகம்கோண அழுதான். யாரும் அவனை நெருங்கவில்லை. கட்டிப் பிடித்து அழுது துக்கம் கரைக்க இதென்ன இழவு வீடா? இதுதான் சாக்கென்று மூக்குச் சளியை சட்டையில் துடைக்கும் நல்லவன் அவன்.

அங்கப்பன்தான் அழுகையை நிறுத்தினான். ''சரி மச்சான். என்னவோ துக்கம்னு தெரியுது. சொல்லு. மனசுலயே வெச்சிருந்தா அது பாரமாத்தான் இருக்கும்.''

பிறந்த நாள் விழாவுக்கு வெகு உற்சாகமாகத்தான் சென்றிருக்கிறான். நட்சத்திர ஓட்டலில் விருந்து. அழைப்பிதழ் இருந்தும் அவனை அனுமதிக்க மறுத்தார்கள். இப்படியொரு ஆசாமிக்கு அழைப்பிதழ் அனுப்பியிருக்க வாய்ப்பில்லை என்று உறுதியாக நம்பியதால் அவனை உடனடியாக அப்புறப்படுத்தினார்கள். குலதெய்வத்தின் கண்ணில் படநேர்ந்தால் உடனடியாக கையைப் பற்றி உள்ளே அழைத்துச் செல்வாள் என்று நப்பாசையுடன் நின்றிருந்தான். எதிர்பார்த்ததுபோலவே அவனைக் கடந்து சென்றது அந்தக் கார். முன்னிருக்கையில் குலதெய்வம். ஒதுங்கி நின்று கைஅசைக்கும் அவனைப் பார்த்துவிட்டாள். ஒருநொடிதான். தாவிச் செல்லும் முனைப்புடன் ஓரடி எடுத்துவைக்க குலதெய்வம் கையாட்டிவிட்டு தலைதிருப்பியது. உதடு பிதுங்கி அழுதபடி ஓடிவந்தான். அதற்குள்ளாக கார் உள்ளே வழுக்கி மறைந்துபோனது.

அப்போது பிதுக்கிய உதட்டை இப்போது வரை அவன் உள்ளிழுக்கவில்லை போலும்.

மாதேஷ் கைகொட்டிச் சிரித்தான். அங்கப்பன் சிரிப்பை அடக்க முடியாது எழுந்து சந்துக்கு ஓடினான். செல்வராசுதான் பெரிய மனுஷத்தனத்துடன் சுப்புணியை நெருங்கி ஆறுதல் சொன்னான். ''இதெல்லாம் நமக்கு புதுசாடா? இதுக்குப் போய் இப்பிடி வருத்தப்பட்டா ஒடம்பு என்னத்துக்குடா ஆகும்? நல்லா யோசனை பண்ணிப் பாரு. இதுக்கு முன்னாடி இப்பிடி ஆனதே இல்லையா?''

சுப்புணி யோசிப்பவன்போல எழுந்து சமையல் அறைக்குப் போனான். டப்பாக்களை உருட்டும் சத்தம் கேட்டது.

காரப்பொறி நிறைந்த டப்பாவுடன் வந்தவன் பொட்டலத்தில் இருந்த மிச்சரைக் கொட்டினான். கையை விட்டு கலந்தான்.

''எடுத்துக்கங்கடா. நேத்து சந்தையில வாங்கினதுபோல. இப்பத்தான் நானே பாத்தேன்.'' ஒருப் பிடி பொரியை அள்ளி வாயில் போட்டுக்கொண்டவன் கீழே விழுந்த நிலக்கடலையைப் பொறுமையுடன் பொறுக்கி உள்ளங்கையில் வைத்தான்.

''இல்லடா. மனசு கேக்கலை. அதான் இப்பிடியே இருந் துட்டேன்.'' வெட்கத்துடன் சிரித்தான்.

''அதான் உள்ளயே விடலை. அப்பறம் எதுக்கு?'' அங்கப்பன் பொரியை அள்ளி அவன் கையில் போட்டான்.

சட்டென்று சுப்புணியின் முகம் இறுகியது. பொரி டப்பாவை பிடுங்கி காலிடுக்கில் வைத்துக் கொண்டவன் மூவரையும் பார்த்துச் சொன்னான் ''இங்க பாருங்கடா. நான் சொல்றதைக் கேளுங்க. ரெண்டு நாளைக்கு முன்னாடி ஒரு படம் பாத்தேன். தெலுங்குல அவதான் இப்ப டாப். ஒரு கையாலயே இடுப்பைப் புடிச்சி தூக்கிரலாம். அவ்ளோ சிலிம்முடா. தமிழ்ல இன்னும் அவ படம் வர்லை. ஆனா வரும்'' என்று நிறுத்தியவன் ஒருகணம் தாமதித்தான். கண்ணிமைக்காது நாங்கள் காத்திருந்தோம். அவன் அடுத்து என்ன சொல்லப் போகிறான் என்று தெரியும். ஆனாலும் தெரியாததுபோல முகத்தை வைத்துக்கொண்டு எதிர்பார்த்தோம். இன்றைக்கு எப்படியும் ராமசாமி கடை புரோட்டா உண்டு என்பது உறுதியாயிற்று.

''அவதான்டா மச்சான் நம்ம அடுத்த குலதெய்வம்.''

★

உயிர் எழுத்து 2016

துன்பக் கனி

துயரின் நிழலடர்ந்த அறைக்குள் தயங்கி நுழைந்தான் குணா. மங்கிய நீல விளக்கொளியில் யுகனின் முகத்தைப் பார்த்தான். அமைதியும் புன்னகையும் கலந்தொளிரும் பாலகன் ஏசுவைப் போலிருந்தது. பார்த்துக்கொண்டே நின்றான். முகத்தை நோக்கி மெல்லக் குனிந்தான். நெஞ்சுக்கூட்டை உற்றுக் கவனித்தான். சுவாசத்தின் அசைவைக் கணிக்க முயன்றான். நாசியருகே கைவைத்தபோது விரல்கள் நடுங்கின. சலனமேதுமில்லாத நொடிகள். பதற்றத்துடன் காத்திருந்தான். வெம்மை கூடிய மூச்சின் சிறு கற்றையொன்று விரலோரத்தைத் தீண்டிக் கடந்தது. ஆசுவாசத் துடன் நிமிர்ந்து இதுவரையில் இழுத்து நிறுத்தியிருந்த மூச்சை வெளியேற்றிய பின் மறுபடியும் அவன் மார்பை உற்று நோக்கி னான். ஆம். அசைகிறது. மெல்ல மேலெழுந்து நொடிகள் பல கடந்து தாழ்கிறது.

'உயிருடன்தான் இருக்கிறான்' என்று உணர்ந்த கணத்தில் விம்மல் வெடித்தது. உதட்டைக் கடித்துக்கொண்டு தலையணை அருகில் வைத்திருந்த பைபிளைத் தொட்டு மார்பில் சிலுவை யிட்டான். ஓசையெழுப்பாது நகர்ந்து வெளியே வந்தான். குமுறல் பீறிட்டது.

ஆட்டுக் குட்டியைக் கைகளில் ஏந்திய தேவனின் படத்துக்கு முன்னால் நின்றான். 'தேவனே, இம் மகவிற்கு இன்னொரு நாளைப் பரிசளித்தமைக்கு நன்றி. வாதையின்றி வலியின்றி இந்த நாளும் கடந்திட ஆசிர்வதிப்பீர். உம் கரங்களில் அடைக்கலம் புகுந்த மறியே இவன். இவனை நீர் கலங்காது காத்தருளும்.'

"இன்னிக்கு என்ன நாள் சொல்லுங்க." அர்ச்சனாவின் குரல் கேட்டது. கண்களைத் துடைத்துக்கொண்டு திரும்பினான். ஆர்வம் கொப்புளிக்கும் கண்களுடன் நெருங்கினாள். அவள் என்ன கேட்கிறாள் என்பது குணாவுக்குத் தெரிந்ததுதான். நேற்றிரவி லிருந்தே அவனை வதைத்துக்கொண்டிருக்கும் ஒன்றுதான்.

ஆனால் தெரியாதவன்போலவே சாதாரணமாகக் கேட்டான் "என்ன நாள். வெள்ளிக் கிழமை."

"உங்களுக்குத்தான் எதுவுமே ஞாபகமிருக்காதே. ஆபிஸ் விஷயத்தை மட்டுந்தான் நெனவு வெச்சிப்பீங்க. இன்னிக்கு ஆகஸ்டு 14. சுதந்திர பாகிஸ்தான். இப்ப ஞாபகம் வருதா?" ஆசையுடன் முகம் பார்த்துக் கேட்டாள். மெல்ல தலையசைத்தான். யுகன் பிறந்த நாள் இன்று.

"இதானே பொறந்த நாளுக்கு எடுத்த டிரஸ். அவன் ஆசையாக் கேட்டானே, சக்திமான் டிரஸ்." பெட்டியைப் பிரித்து அதை எடுத்து விரித்துக் காட்டினாள். மூன்று வருடங்களுக்கு முன்பு வாங்கியது. நீலமும் சிவப்புமான அந்த உடையின் வாசனைகூட இன்னும் மாறவில்லை.

நொடியில் உதடு பிதுக்கி மெல்ல அழத் தொங்கினாள். "ஒரு தடவைகூட இதப் போட்டுப் பாக்க முடியலை. இனிமேலும் போட்டுக்கவே முடியாதில்லே" சொல்லி முடிப்பதற்கு முன்பே அழுகை முந்திக்கொண்டது.

அவளை இழுத்துத் தோளில் அணைத்தான். தலைமுடி காற்றில் அலைந்து முகத்தில் விழுந்தது. கண்ணீரின் வெம்மை மார்பில் இறங்க முகம் நிமிர்த்தி கண்களைத் துடைத்தான். பொலிவிழந்து கருத்த முகம். கண்களுக்குக் கீழே அடர்ந்த கருவளையங்கள். கண்ணீரின் தடம் மாறாமல் வற்றிய கன்னங்கள். காய்ந்த உதடுகள் துடிக்கக் கேட்டாள் "இன்னிக்கு எத்தனாவது பர்த் டே?"

கணக்கின்படி எட்டு முடிந்து ஒன்பது தொடங்குகிறது. "எட்டு முடிஞ்சுதுப்பா."

அடுத்ததையும் அவனே சொல்வான் என்று காத்திருந்தவள் போல முகத்தை ஏறிட்டாள். அவனால் அதைச் சொல்ல முடியாது.

ஆனாலும் அவள் கேட்டாள் "இப்ப என்ன வயசு அவனுக்கு?"

குணா தலையை உலுக்கினான். முகத்தைத் திருப்பிக்கொண்டு விலக முயன்றவனைத் தோள்களில் பற்றினாள்.

"சொல்லிட்டுப் போ" ஆத்திரத்துடன் குரலுயர்த்தினாள்.

அவள் முகத்தையே கூர்ந்து பார்த்திருக்க அவன் கன்னத்தில் அறைந்தாள். தலைமுடியைப் பற்றி உலுக்கியபடி கத்தினாள். "என்ன வயசாச்சு சொல்லு. என் புள்ளைக்கு இன்னிக்கு என்ன வயசு?"

வலி தாங்க முடியாமல் அவள் கைகளைப் பற்றி விலக்கித் தள்ளினான். தடுமாறித் தரையில் விழுந்தாள்.

சட்டென்று தாவிப் பிடித்தான். கைகளைத் தரையில் ஊன்றிக் கதவருகே நகர்ந்து அமர்ந்தாள். குணாவின் கைகளை விலக்கி னாள்.

''எட்டு முடிஞ்சு எல்லாருக்கும் ஒன்பதில்ல வரும். ஆனா நம்ம குட்டிக்கு இப்ப நாலு முடிஞ்சு மூணு ஆரம்பிக்குது. அப்பிடித் தானே?'' அவளது ஆத்திரம் இன்னும் கூடியிருந்தது.

அவன் பதில் பேசவில்லை. சட்டென்று அருகில் அவனை இழுத்தாள். மார்பில் ஓங்கி அறைந்தாள். ஆத்திரத்துடன் கைகளை மடக்கிக் குத்தினாள். சட்டையின் பித்தான்கள் தெறித்து விழுந்தன. வெட்டப்படாத நகங்கள் மார்பைக் கீறின.

''எம் புள்ளையை ஏண்டா இப்பிடிப் பண்ணினே?'' அழுகை யும் ஆத்திரமுமாய் கத்தினாள். ''எல்லாப் புள்ளைங்கள மாதிரி ஏன்டா எம் புள்ளைக்கு பர்த்டே கொண்டாட முடியலை? இப்பிடி ஒவ்வொரு நாளும் உசுரோட இருக்கானான்னு தவிச்சுக்கிட்டே கெடக்கற மாதிரி என்னடா பண்ணினே?'' கண்ணீர் பெருகக் கதறியபடி நெஞ்சிலும் தோளிலும் அறைந்தாள்.

★

''இழுக்காதேன்னு எத்தனை தடவை சொல்றது?'' அர்ச்சனா தலைமுடியைப் பற்றியபடி கத்தினாள்.

''கொஞ்சம் பொறுத்துக்கம்மா. சிக்கலாக் கெடக்குது. போன வாரம் தலை குளிச்சப்ப பின்னிவிட்டது'' குணா பொறுமையுடன் சீப்பைப் போட்டு வாரினான்.

''புள்ளை எந்திரிச்சிருவான். நீ சீவி சிங்காரிக்காத. போதும்.'' எழுந்து நின்று பின்னலை முன்னுக்கிழுத்தாள். அடர்த்தி குறைந்து நரை கூடியிருந்தது.

''இடுப்பளவு கெடந்தது இல்லே குணா. நீ கூட கருஞ்சவுக் குன்னு கொஞ்சுவியே...'' சிரித்தபடியே அவனைப் பார்த்தவள் மறுநொடியில் தலையை உலுக்கியபடி நகர்ந்தாள்.

''ஒரு நிமிஷம் பொறு'' அவளை இழுத்து நிறுத்தினான். நெற்றியில் பொட்டை ஒட்டினான்.

அவன் முகத்தை உற்றுப் பார்த்தாள். ''சாரிப்பா. என்னாலதான உனக்கு இத்தனை சீரழிவு. நீ என்னைப் பாக்காமயே இருந்திருக்க

லாம். இப்பப் பாரு கொழந்தைமாதிரி என்னையும் குளிப்பாட்டி தலை சீவி டிரஸ் பண்ணிவிட்டு...'' கண்ணீர் வழிந்தது.

குணா அவள் முகத்தைத் துடைத்தான். ''இப்பவே சாப்பிடு. அவன் தூங்கறான்.''

கண்ணீரைத் துடைத்துக்கொண்டு நகர்ந்தவள் கர்த்தரின் கீழே நின்றாள் ''இப்பல்லாம் நான் வேண்டிக்கறதே சீக்கிரமா அவனை எடுத்துக்கன்னுதான்.'' கைகுவித்து நின்றாள். உதடுகள் துடித்தன.

அந்த நொடிக்காகக் காத்திருந்ததுபோல வீறிட்டுக் கத்தினான் யுகன்.

சமையலறையிலிருந்து தாவியோடினான் குணா. ''கர்த்தரே...'' கதறியபடியே அர்ச்சனா அறைக்குள் நுழைந்தாள்.

உடலை முறுக்கிக்கொண்டு தலையைப் பின்னுக்கிழுத்தபடி வீறிட்டுக் கிடந்தான் யுகன். குணா அவன் அருகில் அமர்ந்தான். தோளைத் தொட்டுப் புரட்டினான். மின்னல் வெட்டியதுபோல் நொடியில் அவன் கைகளைப் பற்றி தாவினான். தோளில் முகம் பதித்துக் கத்தினான். ''ஓகே. ஓகே. சரியாயிடும்.'' அவனது எடையைத் தாங்கி அமர்ந்த குணா முதுகைத் தடவினான். அலறல் சத்தம் கூடியது. தோளை அணைத்திருந்த அவனது வலது கை இன்னும் இறுகியது.

அர்ச்சனா யுகனின் தலையைத் தடவினாள். உதடுகள் முணு முணுக்க கண்ணீர் சொட்டியது ''கர்த்தரே... இவன்மீது சினங் கொண்டு இவனைக் கண்டியாதேயும். கடுஞ்சீற்றங்கொண்டு தண்டியாதேயும். ஆண்டவரே! சற்றே மனம் இரங்கும். நான் தளர்ந்து போனேன். எம் எலும்புகள் வலுவிழந்து போயின. எம்மைக் குணமாக்கி அருளும்.''

அலறல் ஒருகணம் ஓய்ந்தது. அதே நொடியில் குணா வலி தாங்காது கத்தினான். யுகன் பலங்கொண்டமட்டும் குணாவின் தோளைக் கடித்திருந்தான். தாளமுடியாத வலி வெறியாக மாறிக் குதறியது.

குணா அவனை விலக்க முற்பட்டான். வாயை விடுத்து நகர்ந்து மீண்டும் கடித்தான்.

''வேண்டாம் குணா. அவனைக் கீழே விட்டுரு. போதும்.'' அர்ச்சனா கதறியபடியே யுகனைப் பின்னுக்கிழுத்தாள்.

''ஒண்ணுமில்லம்மா. இதோ சரியாயிடும்'' முதுகைத் தடவிய படியே அவனை மெல்ல விலக்கினான். ஒருகணம் தலை நிமிர்ந்து

வெட்டியது. உடலைப் பற்றியிருந்த இறுக்கம் தளர்ந்த கணத்தில் படுக்கையில் கிடத்தினான். யுகனின் கைகள் பரபரத்துக் காற்றில் துடித்தன. வாயோரத்தில் நுரைத்து வழிந்த எச்சிலைத் துடைத்தான் குணா. மொத்த உடலும் துடித்து மெல்ல அடங்கலாயிற்று. ஓரத்தில் கிடந்த சிறு துவாலையை எடுத்து வேர்த்திருந்த நெற்றியைத் துடைத்தான். கழுத்தையும் கைகளையும் மெல்ல நீவினான்.

''அவ்ளோதான்ம்மா. சரியாயிடுச்சு...''

அருகிலமர்ந்த அர்ச்சனா யுகனின் நெற்றியில் சிலுவை யிட்டாள். முகத்தை மெல்ல வருடினாள்.

''இப்ப தூங்கிருவான்ம்மா. சரியாயிடுச்சு.'' குணா நிமிர்ந்தான்.

அவன் தோளையே உற்றுப் பார்த்திருந்தாள் அர்ச்சனா. இரண்டு இடங்களில் பற்தடங்களில் ரத்தப் பொட்டுகள். உதடுகள் துடிக்க எழுந்து வெளியே போனவள் களிம்பை எடுத்து வந்தாள்.

''வேணாம்மா. இப்பிடியே போடக்கூடாது. கழுவிட்டுப் போட்டுக்கறேன். நீ வா.''

''இல்லப்பா. நா பக்கத்துல இருக்கேன்.'' பைபிளை எடுத்து மடியில் வைத்துக்கொண்டாள்.

''ஆண்டவரே, இந்நிலை எத்தனை நாள்? உம் பேரன்பை முன்னிட்டு என்னை மீட்டருளும். ஒவ்வொரு இரவும் கண்ணீரில் எம் படுக்கை மிதக்கிறது. எம் கட்டில் அழுகையால் நனைகிறது. துயரில் எம் கண்கள் வீங்கிப் போயின. தீமையே... தீவினையே. ..எம்மை விட்டு அகன்று போங்கள்.''

★

அலுவலக மனமகிழ் மன்றத்தின் சிறுமேடையில் கிறிஸ்டோபர் குணசீலன் கைகளைக் கோர்த்தபடி தலைகுனிந்து நின்றிருந்தார். எதிரில் அலுவலர்கள் அனைவரும் அவர் முகத்தையே கவனித்தபடி அமர்ந்திருந்தனர். மின்விசிறிகள் சுற்றும் ஓசை மட்டுமே கேட்டிருந்தது. அதிகாரிகள், பணியாளர் கள், உதவியாளர்கள் என அனைவரும் ஒன்றுகூடியிருந்த அபூர்வ மான சந்தர்ப்பம்.

முன்னால் நிற்பது மனமகிழ் மன்றச் செயலாளரா, இல்லை மண்டல உதவி மேலாளரா என்ற குழப்பம் ஒரு சிலருக்கு. செயலாளர் குணசீலன் குதூகலமும் உற்சாகமும் கலந்த மின்னல் ஆசாமி. சட்டென்று தோளோடு சேர்த்தணைத்து தோழமை

காட்டும் இணக்கம். ஆனால் மேலாளர் குணசீலன் அலுவலுகத்தினுள் உலவும் சிங்கம். தனது அறைக்கு அவர் நிதானமாய் நடந்து போகும்போதே அலுவலகம் மொத்தமும் நிமிர்ந்துகொள்ளும். கோபத்துடன் கத்த மாட்டார். கோப்புகளை விசிறி எறியமாட்டார். ஒரே ஒரு பார்வைதான். வேலை தானாக நேரத்துக்கு முடிந்து விடும்.

கைகோர்த்து தலைகுனிந்து அவர் நிற்பது சங்கடம்தான். இந்தக் கூடுகை சீக்கிரமாய் முடிந்தால் பரவாயில்லை என்பதே அனைவரின் விருப்பமாக இருந்தது. வாய்விட்டு அவர் சொல்லவில்லை என்றாலும் வீட்டில் என்ன நிலைமை என்பது அனைவரும் அறிந்த துயரந்தான்.

''நண்பர்களே, என் வேண்டுகோளை ஏற்று வந்திருப்பதற்கு மனமார்ந்த நன்றி. உங்கள் அனைவருக்கும் தெரியும் எதற்காக நான் அழைத்திருக்கிறேன் என்று. உள்ளபடி ஒவ்வொருவரிடமும் தனித்தனியாகவே இதை நான் கேட்டிருக்கவேண்டும். ஆனால் என்னால் முடியாது. எல்லோரையும் ஒன்றுகூட்டி இதைக் கேட்பதற்கே என்னை நான் பலநாட்கள் தயார் செய்துகொண்டேன். எல்லோரிடமும் ஒரு உதவி கேட்கவே இந்த சந்திப்பு. அலுவலகத்தில் உங்களிடம் நான் கடுமையாக நடந்துகொண்டிருக்கலாம். மனதைப் புண்படுத்தியிருக்கலாம். உங்களில் பலரையும்விட நான் வயதில் சிறியவன். அதையெல்லாம் பொருட்படுத்தாத பெரிய மனதுடன் எனக்காக என் குடும்பத்துக்காக உதவி செய்ய வேண்டும்.''

குரலில் சிறு நடுக்கத்தை உணர்ந்தவர்போல பேச்சை நிறுத்தினார். சிறு அமைதி. அனைவருக்குள்ளும் அந்த வேளையின் பதற்றம்.

''எனது எட்டு வயதுப் பிள்ளை யுகன். உங்களில் பலருக்கும் தெரியும். நமது மனமகிழ் மன்ற நிகழ்வுகளிலும் சுற்றுலாக்களிலும் பார்த்திருப்பீர்கள். இதே மேடையில் பல நாட்கள் அவன் ஆடியதுண்டு. பாடியதுண்டு.'' மீண்டும் அவர் பேச்சு தடைபட்டது. தம்ளரில் இருந்த தண்ணீரைப் பருகினார். ''இன்றைக்கு அவன் பிறந்த நாள். அவன் கர்த்தரின் ஆசி வேண்டிக் கிடக்கிறான். எனக்கு நம்பிக்கை உண்டு. கர்த்தர் தன் பிள்ளைகளை என்றைக்குமே கைவிடமாட்டார். என் பாவத்தின் சம்பளத்தை எனக்குக் கொடுப்பதற்குப் பதிலாக அவனிடம் கைமாற்றி விட்டாரோ என்ற பயம் எனக்கு. அவன் பாவம். சிறு பிள்ளை. துள்ளி ஆடவேண்டிய இந்த வயதில் ஒரு பொம்மைபோல

கிடக்கிறான். அவன் இப்போது அறிந்திருப்பது வலியையும் வாதையையுமே. ரொம்பவும் சிரமப்படுகிறான். என்னால் முடிந்த வரையிலும் பார்த்துவிட்டேன். மருத்துவம் கைவிட்டுவிட்டது. பிறவிக் கோளாறு. விஞ்ஞானம் இன்னும் விடை காணாத புதிர். அர்ச்சனாவை என்னால் சமாளிக்க முடியவில்லை. பெற்றவள் அவள். என்ன சொல்லி சமாதானப்படுத்த முடியும். நீங்கள்தான் எனக்கு உதவ வேண்டும். என் பிரார்த்தனைக்கு கர்த்தர் காது கொடுக்கவில்லை. நீங்கள் எல்லோரும் எனக்காக பிரார்த்தியுங்கள். உங்கள் அனைவரின் கூட்டுக்குரலுக்கு அவர் மனமிரங்கக் கூடும். நான் பாவி. என்னை அவர் தண்டிக்கட்டும். சிறுபிள்ளை அவனை ரட்சிக்கட்டும். அதற்காக நீங்கள் அவரிடம் வேண்டிக் கொள்ளுங்கள். உங்கள் தெய்வம் வேறாக இருக்கலாம். உங்கள் நம்பிக்கை இன்னொன்றாக இருக்கலாம். உங்கள் தெய்வத்திடம் உங்கள் நம்பிக்கையிடம் நீங்கள் வேண்டிக்கொள்ளுங்கள். யுகனுக்காக அர்ச்சனாவுக்காக தயவுசெய்து ஒரு நிமிடம் பிரார்த்தியுங்கள். உங்களிடம் நான் கேட்டுக்கொள்வது அது ஒன்றுதான். அவர்கள் இருவருக்காக மனமிரங்கி பிரார்த்தனை செய்யுங்கள். உங்களுக்கு என்றென்றும் நன்றியுடன் இருப்பேன்.''

தலைகுனிந்திருந்த அவர் அழவில்லை. திடமாகவே நின்றிருந்தார். ஆனால் எதிரில் அமர்ந்திருந்த பலர் அழுதுகொண்டிருந்தனர். பெண்களின் குமுறல் ஒலி மெல்ல வலுத்தது.

நிலைமையை கட்டுப்படுத்தும்முகமாக செயலர் எழுந்து அறிவித்தார் ''நாம் அனைவரும் இப்போது யுகனுக்காக பிரார்த்திப் போம்.''

அனைவரும் எழுந்து நின்றனர். கைகூப்பி வணங்கியபடி பிரார்த்தித்தனர். குணா தலைகுனிந்திருந்தார்.

★

யுகன் அன்றைக்கு பள்ளியிலிருந்து வரும்போதே மீளாத் துயரின் நிழலும் அவனுடன் வீட்டுக்குள் வந்து சேர்ந்தது. ஒன்றாம் வகுப்பில் சேர்ந்து இரண்டு மாதங்களே ஆகியிருந்தது. அறையில் புத்தகப் பையை வைத்துவிட்டு வெளியே வராமல் படுக்கையி லேயே கிடந்தான். உணவு மேசையில் தட்டை வைத்துவிட்டு அர்ச்சனா அவனுக்காகக் குரல் கொடுத்தாள் ''குட்டிம்மா... சாப்பிடலாம்.''

அவனிடமிருந்து பதில் வராமல் போகவே அர்ச்சனா படுக்கை யறைக்குள் எட்டிப் பார்த்தாள். சுருண்டு படுத்திருந்தவனை

நெருங்கி நெற்றியில் கைவைத்தாள் ''என்னடா குட்டி, டயர்டா இருக்கா?'' ஜுரம் சுருக்கென்று விரல்களை சுட்டது.

யோசனையுடன் அர்ச்சனா தெர்மாமீட்டரை எடுத்து அவன் கையிடுக்கில் செருகினாள். சில நொடிகளுக்குப் பிறகு கூர்ந்து பார்த்தபோது பாதரச குமிழ் 102ஐத் தொட்டு நின்றது. தொலை பேசியில் குணாவை அழைத்தபோது பதிலில்லை. கைக்குட்டை யை குளிர்ந்த நீரில் நனைத்து நெற்றியில் வைத்தாள். குரோசின் சிரப்பை அளவு பார்த்துப் புகட்டிவிட்டு மீண்டும் அவனை அழைத்தாள். எடுக்கவில்லை.

டாக்டர் சத்யாவை அழைத்துச் சொல்லிவிட்டு யுகனை எழுப்பி னாள். வேர்த்திருந்ததில் ஜுரம் சற்றே மட்டுப்பட்டிருந்தது. உடை மாற்றி கொஞ்சமாய் பூஸ்டை பருகக் கொடுத்தாள். அவனால் குடிக்க முடியவில்லை. ஆட்டோவில் போகும்போது மடியில் சுருண்டுகொண்டான்.

மருத்துவமனையை அடைந்தபோது உடல் மீண்டும் கொதித் திருந்தது. தெர்மாமீட்டர் இப்போதும் 102ஐ காட்டியது. பரிசோதனைக்குப் பின் சத்யா சொன்னாள் ''சாதாரண காய்ச்சல் மாதிரிதான் இருக்கு. ஒரு இன்ஜெக்சன் போடறேன். எதுக்கும் அப்சர்வ் பண்ணிப் பாக்கலாம். அண்ணாகிட்ட சொல்லிட்டியா?''

அர்ச்சனா படுக்கையில் கிடந்த யுகனையே கவலையுடன் பார்த்தபடி சொன்னாள் ''போன் பண்ணினேன். எடுக்கலை. பாத்துட்டு கூப்பிட்டா சொல்லிக்கலாம். வீட்டை அப்பிடியே போட்டுட்டு வந்துருக்கேன்.''

மாலை ஏழு மணிக்கு குணா மருத்துவமனைக்கு வந்தபோதும் சத்யாவால் எதுவும் தீர்மானமாக சொல்ல முடியவில்லை. ''ப்ளட், யூரின் எல்லாம் டெஸ்ட் பண்ணியாச்சு. எதுவும் இன்ஃபெக்ஸன் இருக்கறமாதிரி தெரியலை. ஃபுட் பாய்ஸனும் இல்லை. ஆனா ஃபீவர் கொறைய மாட்டேங்குது. பாக்கலாம்.''

வெவ்வேறு மருந்துகள், பரிசோதனைகள், ஆலோசனைகள் என்று குழப்பமாக எதையோ செய்துகொண்டிருக்க அர்ச்சனா பயந்திருந்தாள்.

மறுநாளும் முக்கியமான வேலை என்று அலுவலகத்துக்குப் போன குணா அன்றிரவுதான் திரும்ப முடிந்தது. இரண்டாம் நாள் மாலை வரையிலும் கண் திறக்காமல் கிடந்த யுகன் இரவு எட்டரை மணிக்குத்தான் அசைந்தான். காய்ச்சல் விட்டிருந்தது. அர்ச்சனா கண்மூடி பிராத்த்தனையில் இருந்தாள்.

'ஆண்டவரே, எத்தனை நாள் என்னை மறந்திருப்பீர்? இன்னும் எத்தனை நாள் உமது முகத்தை எனக்கு மறைப்பீர்? எத்தனை நாள் வேதனையுற்று எனக்குள் போராடுவேன்.'

வெளுத்து வெடித்த உதட்டிலிருந்து ''அம்மா...'' என்ற ஓசை எழுந்தபோது அர்ச்சனா திடுக்கிட்டு நிமிர்ந்தாள். யுகன் விழித் திருப்பதைப் பார்த்து நம்பமுடியாதவளாய் எழுந்து கத்தினாள் ''குட்டிம்மா... இதப் பாரு. அம்மா இருக்கேன்...''

மறுநாள் காலையில் வீடு திரும்பும்பொழுதே யுகன் புலம்பத் தொடங்கியிருந்தான் ''ரெண்டு நாள் லீவாம்மா? மிஸ் திட்டு வாங்கல்ல.''

மதியம் ரசத்துடனான சாதத்தை இரண்டு கவளம் உண்டபோது அர்ச்சனாவுக்கு பயம் விட்டுப்போனது.

அன்று மாலை கிரிக்கெட் பந்துடன் வாசலில் விளையாடிய போது அர்ச்சனா கர்த்தருக்கு நன்றி சொன்னாள். 'ஆண்டவரே, நீரே எமைக் காக்கும் கேடயம். நீரே என் மாட்சி. எனை தலை நிமிரச் செய்பவரும் நீரே. உமக்கு நன்றி.''

★

இரண்டு மாதங்கள் கழித்து ஒரு நாள். அக்டோபர் மாதத்தின் இரண்டாம் ஞாயிற்றுக்கிழமை காலை பிரார்த்தனையிலிருந்து திரும்பி வரும்போது யுகன் அழத் தொடங்கினான். காரின் முன்னிருக்கையில் அமர்ந்திருந்தவன் சிணுங்கியபடியே சொன்னான் ''டாடி, வலிக்குது டாடி.''

பாதையிலிருந்து கண்களைத் திருப்பாமலேயே குணா கேட்டான் ''வயிறு வலிக்குதா? காலையில டாய்லெட் போனியா?''

''ம். வயிறு வலிக்கலே. ஆனா வலிக்குது'' அழுகை வலுத்தது.

அர்ச்சனா அவன் தோளைத் தொட்டாள் ''பசிக்குமாயிருக்கும். வீட்டுக்குப் போனதும் சாப்பிடலாம். சரியாப் போகும்.''

'வலிக்குத்தும்மா...' என்று உடலை முறுக்கியபடி அழுதான் யுகன்.

காரிலிருந்து இறங்கி வீட்டுக்குள் நுழையும்போது யுகன் குணாவின் கால்களை தாவிப் பிடித்தான். ''ப்பா... வலிக்குதுப்பா. ப்ளீஸ். தூக்குங்க டாடி.''

கதவைத் திறந்துவிட்டு அவனைத் தூக்கியதும் தாவி அணைத்தான். அவன் கைகள் குணாவின் கழுத்தை இறுக்கின.

குணா யுகனின் முதுகைத் தொட்டுத் தடவினான். உடல் கொதித்தது. முற்றிலுமாக வலி அவனைத் தன் வசத்தில் இறுக்கிக் கொண்டிருந்தது.

சத்யா இம்முறை வழக்கமான பரிசோதனைகளோடு நிறுத்த வில்லை. ''என்னவோ தப்பா இருக்கு குணா. என்னால உறுதியாச் சொல்ல முடியலை. என்னோட சீனியர்கிட்ட கன்சல்ட் பண்ணிருக்கேன். போன தடவை இவனுக்கு சரியானப்பவே ஐ ம் நாட் ஸ்யூர். எப்பிடி சரியாச்சுன்னு தெரியலை எனக்கு. சீனியர் கிட்ட சொன்னேன். அவரும் மறுபடி வந்தா பாக்கலாம்னுதான் சொன்னார். இப்ப ஒடம்பு வலியும் கூடவே இருக்கு. அர்ச்சனா கிட்ட எதையும் சொல்லவேண்டாம். வீணா பயந்துடுவா.''

மூன்றாம் நாள் மாலையிலேயே வீட்டுக்கு வந்தபோது வலி தன் பிடியைத் தளர்த்தியிருந்தது. மறுநாள் காலையில் எப்போதும் போல பள்ளிக்கும் புறப்பட்டு போய்விட்டான். அர்ச்சனாவும் அத்துடன் அதை மறந்துவிட்டாள்.

ஆனால் குணா சத்யாவுடன் தொடர்பிலேயே இருக்கவேண்டி யிருந்தது. மும்பையிலிருந்து சில பரிசோதனை முடிவுகள் வரவேண்டியிருப்பதாகவும் அவை வந்தவுடன்தான் உறுதியாக எதையும் சொல்ல முடியும் என்றும் புதிராகச் சொன்னது அவனை கவலை கொள்ளச் செய்திருந்தது.

ஞாயிற்றுக் கிழமை பிரார்த்தனை கூட்டத்தில் அவன் மனம் குவியவேயில்லை.

'வானங்கள் இறைவனின் மாட்சிமையை வெளிப்படுத்து கின்றன. வான்வெளி அவர்தம் கைகளின் வேலைப்பாட்டை விவரிக்கிறது. ஒவ்வொரு பகலும் அடுத்த பகலுக்கு அச்செய்தியை அறிவிக்கின்றது. ஒவ்வோர் இரவும் அடுத்த இரவுக்கு அதைப் பற்றிய அறிவை வழங்குகிறது. அவற்றுக்குச் சொல்லுமில்லை பேச்சுமில்லை. அவற்றின் குரல் செவியில் படுவதுமில்லை' உதடுகள் சொற்களை வெறுமனே உச்சரித்திருந்தன.

ஆனால் சத்யா அழைக்கவில்லை. அலுவலக வேலைகளுக்கு நடுவே இவனும் அதை மறந்துபோனான். மீண்டும் ஒருமுறை சந்திக்க நேர்ந்தபோது சிரித்தபடியே சொன்னாள் ''சாரி குணா. கொஞ்சம் பிஸி. லேப் டெஸ்ட் ரிசல்டெல்லாம் அப்பவே வந்து ருச்சு. ஏதாச்சும் பிரச்சினையா இருந்தா நானே கூப்பிட்டிருப் பேனே. நத்திங் டு வொரி. அர்ச்சனாகிட்டயும் சொல்லிரு.''

அவள் விடைபெற்று சென்ற பின்னும் குணாவுக்கு சமாதான

மாயிருக்கவில்லை. அன்று மாலை கேரம்போர்டு போட்டியில் சொதப்பினான். எப்போதும் கோப்பையை வெல்லும் அவன் முதல் சுற்றிலேயே வெளியேறியது அனைவருக்கும் ஆச்சரியத்தைத் தந்தது.

தொடர்ந்து சிலநாட்கள் யுகனை அவன் வழக்கத்துக்கு மாறாக கண்காணித்திருந்தபோதும் அவனால் எதையும் வித்தியாசமாக உணர முடியவில்லை. உள்ளுக்குள்ளிருந்த அச்சமும் சந்தேகமும் மெல்ல அமுங்கிப் போயின.

சில நாட்கள்தான். அரையாண்டுத் தேர்வு தொடங்கிய சமயத்தில் பள்ளியிலிருந்து அழைப்பு வந்தது. அலுவலகத்திலிருந்து அங்கே சென்று சேர்ந்த சமயத்தில் யுகன் வகுப்பில் இருக்கவில்லை. ஓய்விலிருந்து மீண்ட நோய்மை அவனிடம் தன் வேலையைக் காட்டத் தொடங்கியிருந்தது.

''காலைலேர்ந்து அவன் டாய்லெட்லதான் இருக்கான். பாவம் என்னவோ ஒத்துக்கலை...'' அவள் சொல்லிக்கொண்டிருக்கும் போதே வராந்தாவின் மறுபக்கமிருந்து அழைப்பு வந்தது ''டாடி...'' சோர்ந்த முகமும் தளர்ந்த நடையுமாய் யுகன்.

''பரிட்சை எழுத உட்காரவே இல்லை அவன். பரவால்லே. டாக்டர்கிட்ட அழைச்சிட்டு போங்க. பாத்துக்கலாம்'' வகுப்பாசிரியை அவன் தலையை தடவி அனுப்பினாள்.

வீட்டுக்குப் போனதுமே டாய்லெட்டுக்குள் ஓடினான். எலுமிச்சைச் சாறில் ஏலக்காய் போட்டுக் கொடுத்தாள் அர்ச்சனா. குடித்தவுடனே குமட்டிக்கொண்டு வாந்தியெடுத்தான். டாய்லெட்டுக்கு மறுபடியும் ஓடினான். உடலிலிருந்த திரவம் மொத்தமும் வெளியேறியது. கால்கள் தளர்ந்து கண்மயங்கினான்.

''டீஹைட்ரேசன். டிரிப்ஸ் போட்ரலாம். பயப்படாதே...'' சத்யா வலது கையில் ஊசியைச் செருகியபோது அர்ச்சனா விம்மினாள்.

''ஆண்டவரே, இந்தப் பிள்ளையை ஏன் இப்படி சோதிக்கிறீர்?'' புலம்பியபடியே பிரார்த்தித்திருந்தாள்.

இந்த முறை இரண்டு மணி நேரத்துக்குள்ளாகவே அவனை சரிப்படுத்தி அனுப்பிய சத்யா எச்சரித்து அனுப்பினாள் ''குணா. அவனை ஜாக்கிரதையா பாத்துக்கோ. ரெண்டு நாள் நான் ஊர்ல இல்லை. வந்ததும் பேசறேன். டேக் கேர்.''

சத்யாவிடமிருந்து வரும் அழைப்பை அவன் அச்சத்துடனும்

குழப்பத்துடனுமே எதிர்பார்த்திருந்தான். செவ்வாய் கிழமை மதியம் மணியொலித்தது. அலுவலகத்திலிருந்து திரும்பும்போது சத்யாவிடம் சென்றான். அவனைக் கண்டதும் உற்சாகத்துடன் வரவேற்றபோதும் குணாவால் அவளது முகமாற்றத்தைத் தெரிந்து கொள்ள முடிந்தது.

''போன தடவையே உங்கிட்ட சொல்லணும்னு பாத்தேன். ஆனா எனக்கே அப்ப உறுதியாத் தெரியலை. மும்பையில இருந்து வந்த ரிசல்டை ஃபைனல்னு சொல்ல முடியாது. எப்பவுமே சில பெர்சன்டேஜ் மாறிப் போக வாய்ப்பிருக்கு. அதனால யுகனுக்கு இதுதான்னு இப்பவே நாம முடிவு பண்ணவேண்டாம்.'' அவளது பீடிகைகள் அவனது பதற்றத்தைக் கூட்டின.

''எதுன்னாலும் பூசி மெழுகாம நெஜத்தை அப்பிடியே சொல்லு சத்யா. எங்கிட்ட என்ன?''

சத்யா கையிலிருந்த தாள்களை மீண்டும் கவனமாகப் புரட்டி னாள். அதன் இறுதிப் பகுதியில் தடித்த எழுத்துகளில் அச்சாகி யிருந்த பத்தியில் விரலை வைத்துச் சொன்னாள் ''இது அவனோட பிளட் டெஸ்ட் ரிப்போர். சாதாரணமா நாம பண்ற டெஸ்ட் இல்லை. கொஞ்சம் அட்வான்ஸ்ட். ஒரு விஷயம் மட்டும் கொஞ்சம் கவலைப்படும்படியா இருக்கு.''

குணாவின் மனம் புரண்டது. அவளது சொற்கள் எதையும் அவனுக்கு உணர்த்தவில்லை. ''அப்பிடின்னா என்ன?''

''ஒண்ணுமில்லை. ஒரு சந்தேகம். இந்த சேம்பிளை அப்பிடியே யு.எஸ் லேபுக்கு அனுப்பச் சொல்லிருக்கேன். அவங்க பாத்துட்டுச் சொல்லட்டும்.''

''அவங்களும் இதுதான் சொல்லிட்டா?''

சத்யா கண்ணாடியைக் கழற்றி மேசையில் வைத்தாள். குணா வின் முகத்தைப் பார்த்து தீர்மானமாகச் சொன்னாள் ''யுகனுக்கு சீரியஸா ஒரு பிரச்சினை இருக்குன்னு தெரிஞ்சிக்கலாம்.''

''என்ன மாதிரி?'' படபடப்புடன் கேட்டான். அதற்குள் ஆயிரம் கற்பனைகளுக்குள் சிக்கிக்கொண்டு புரண்டது மனம். மரணத்தின் எண்ணற்ற கைகள் சுழன்று புயலெனச் சீறி எழுந்து யுகனை அள்ளிக்கொள்ளுமோ? கர்த்தாவே, இதுதான் உம் விருப்பமா? இதற்குத்தான் அவனை எமக்குத் தந்தீரா?

''அதப் பத்தி இப்ப எதுக்கு? விடு. ரிசல்ட் வந்ததுக்கப்பறமா பாக்கலாம்.''

மேசையின் மீதிருந்த கண்ணாடிக கோளத்தை குணாவின் விரல்கள் சுழற்றியிருந்தன. உதடுகள் நடுங்கின. எழுந்தான். ''ப்ளீஸ். ஒரு நிமிஷம். வரேன்.'' பால்கனிக்கு வந்து நடுங்கும் விரல்களால் சிகரெட்டை பற்ற வைத்து புகையை உள்ளிழுத்தான். இருண்ட வானில் மினுமினுத்த நட்சத்திரங்களைப் பார்த்தபடியே நின்றான்.

'உமது கைவேலைப்பாடாகிய வானத்தையும் அதில் நீர் பொருத்தியுள்ள நிலவையும் விண்மீன்களையும் நோக்கும்போது மனிதரை நீர் நினைவில் கொள்வதற்கு அவர்கள் யார்?' என்ற வசனம் நினைவில் ஒலித்தது.

''குணா, இப்பவே ஒண்ணும் முடிவு பண்ணவேண்டாம். யுகனோட சிம்ப்டம்ஸை அப்சர்வ் பண்ணலாம். அளவுக்கதிக மான காய்ச்சல். பேதி. உடம்பு வலின்னு ஒவ்வொண்ணும் முக்கியமான சிம்ப்டம். இது ரொம்ப ரேர். இதுல ஸ்பெஷலிஸ்ட் டாக்டர்ங்க இருக்காங்க. அவங்ககிட்ட கன்சல்ட் பண்ணலாம். ஆனா அவசரப்பட்டு அர்ச்சனாகிட்ட எதையும் சொல்லிராதே.'' சத்யா சொல்லிக்கொண்டிருந்தபோதே அர்ச்சனாவிடமிருந்து அழைப்பு வந்தது. ''இன்னும் ஆபிஸ்லதானா? வீட்டுக்கு எப்ப வருவீங்க?'' அவள் சாதாரணமாகத்தான் கேட்டாள்.

''வரேன்.'' போனை அணைத்துவிட்டு சொன்னான் ''இப்பல் லாம் போன் அடிச்சாவே பயமா இருக்கு சத்யா.''

★

அதன்பிறகு யுகனை குணாவால் சாதாரணமாகவே அணுக முடியாமல் போனது. நள்ளிரவில் எழுந்து அவனையே பார்த்துக் கொண்டு நின்றான். யுகன் எதைச் செய்தாலும் பயமாயிருந்தது. செய்யாதபோது அதைவிடவும் பயந்தான். ஒவ்வொன்றுக்கும் சத்யாவை அழைத்துச் சொன்னான்.

''உங்கிட்ட எதையுமே சொல்லிருக்கக் கூடாது குணா. அவன் சிரிச்சாவே பயப்படறியே. ரிலாக்ஸ். நீயே அவனை வியாதிஸ்த னாக்கிருவே போலிருக்கே'' சத்யா கடிந்துகொண்டாள்.

கடந்த வாரத்தின் வகுப்புத் தேர்வில் கணிதத்தில் அவனது மதிப்பெண் எல்லோரையும் ஆச்சரியப்படுத்தியது. ஐம்பதுக்கு பதினான்குதான் வாங்கியிருந்தான். ''ஒடம்பு சரியில்லாமப் போச்சில்ல. அதான் அவனுக்கு கான்சென்ட்ரேஷன் இல்லை'' அர்ச்சனா சொன்னபோது நான் அவனையே பார்த்துக் கொண்டிருந் தேன். அவன் விடைத்தாளைத் திருப்பித் திருப்பிப் பார்த்தான்.

''எட்டும் மூணும் பனிரெண்டுன்னு எழுதிருக்கேன். எப்பிடி டாடி?''

அத்தோடு அது முடியவில்லை. எளிய சாதாரண விஷயங் களையே அவனால் தவறில்லாமல் செய்ய முடியாமல் போயிற்று.

ஒருநாள் மாலையில் வீட்டுக்கு வந்தபோது குணாவின் மடியில் விழுந்து அழுதான் ''டாடி எனக்கு எதுவுமே ஞாபகம் வரமாட் டேங்குது டாடி. மிஸ் திட்டறாங்க. இன்னிக்கு த்ரீ டேபிள் சொல்லச் சொன்னப்பகூட என்னால முடியலை.''

அன்றிரவு அவன் தூங்கிய பின் பள்ளிக் குறிப்பேடுகளை எடுத்துப் பார்த்தான். சமீபத்தில் எழுதிய பக்கங்களிலெல்லாம் சிவப்பு மையால் கோடுகள், பெருக்கல் குறிகள். கையெழுத்தும் வழக்கம் போலின்றித் தடுமாற்றத்துடன் இருந்தது.

''எதிர்பார்த்ததுதான் குணா. இத்தனை நாள் நாம பாத்தது உடம்புல இருந்த சிம்ப்டம்ஸ். இப்ப மூளையில'' என்று கணினியை மூடிவிட்டுச் சொன்னாள் சத்யா.

''ஒண்ணும் பண்ண முடியாதா?'' அந்தக் கேள்விக்கான பதிலை குணா ஏற்கெனவே அறிந்திருந்தபோதும் கேட்டான்.

சத்யா தலையாட்டினாள். ''பாக்கலாம். என்ன பண்ண முடியும்னு தெரியலை.''

''இதுவரைக்கும் அர்ச்சனாகிட்ட எதையும் சொல்லலை. எத்தனை நாளைக்கு இப்பிடியே சமாளிக்க முடியும்? அடுத்து என்னாகும்?''

மீண்டும் கணினியை உயிர்ப்பித்தவள் நிதானமாகத் தேடினாள். தோள்களைக் குலுக்கியபடி பெருமூச்செறிந்தாள் ''வேணாம் குணா. இதெல்லாம் படிச்சு உங்கிட்ட சொல்லி பயமுறுத்த விரும்பலை. நீயா தேடிப் படிக்கவும் வேணாம். வீண் குழப்பந் தான். வரும்போது பாத்துக்கலாம். விடு.''

இரண்டு நாட்கள் கழித்து யுகன் தூங்கிய பின் அர்ச்சனா வெகுநேரம் பிராத்தித்துக் கொண்டிருந்தாள். தேவனிடம் மன்றாடும் அவளது குரலில் அச்சம் தெறித்தது. சிலுவையிட்டபடி உள்ளே வந்தவள் அவனருகில் அமர்ந்தாள்.

கண்களை மூடிப் படுத்திருந்தபோதும் அவள் அவனது முகத்தையே உற்றுப் பார்த்திருப்பதை அறிந்தான்.

''நீங்க எங்கிட்ட எதையோ மறைக்கறீங்கன்னு தெரியுது குணா.''

கண்ணைத் திறந்தான். அவளது கண்ணீர்த் துளிகள் புறங்கை யில் விழுந்தன. எழுந்து அமர்ந்தான்.

''உள்ளுக்குள்ளேயே வெச்சுட்டு நீங்க மட்டும் தனியா அனுபவிக்க வேணாம். எதுன்னாலும் எங்கிட்ட சொல்லுங்க. அவன் முன்ன மாதிரி இல்லைன்னு எனக்குத் தெரியாதா? தெனந் தெனம் உங்கள விட அவனை நான் கூடுதலா பாக்கறேன். பக்கத்துலயே இருக்கேன். என்னால தெரிஞ்சுக்க முடியாதா? சத்யா என்ன சொல்றாங்க? நானே கேட்டுருவேன். ஆனா...''

சிறு நீல விளக்கின் ஒளியில் மாதாவின் முகம். கருணை ஒளிர்ந்து கனிகிறது. என்ன சொல்ல இவளிடம்?

''ஒண்ணில்லம்மா. அடிக்கடி ஒடம்புக்கு வருதேன்னு...'' குணாவால் அவள் கண்களைப் பார்க்க முடியவில்லை.

''அவன் சாதாரணமா இல்லேங்க. இப்பல்லாம் பேசறதுக்கே கஷ்டப்படறான். என்னவோ சொல்ல வந்துட்டு அது முடியாம தெணர்றான். அவனுக்கு என்னன்னு உங்களுக்குத் தெரியும். எங்கிட்ட சொல்லிருங்க. இதுக்கு மேல முடியாது. எதுன்னாலும் பரவால்லே.'' அவள் எழுந்து மாதா படத்தின் கீழே நின்றாள். கைகள் சிலுவையிட்டன.

எழுந்து வெளியே வந்தான் குணா. கூடத்திலிருந்த கர்த்தரின் படத்தருகே நின்றான். அருகில் வந்த அர்ச்சனா அவன் கைகளைப் பற்றினாள்.

★

டெட்டால் வாசனையுடன் கையைத் துடைத்தபடி வந்த சத்யா குணாவின் தோளைத் தொட்டாள்.

''சட்டையைக் கொஞ்சம் கழட்டறியா குணா?''

திடுக்கிட்டவனாய் நிமிர்ந்தான் ''என்ன சொல்றே?''

''டாக்டர்கிட்ட கேள்வி கேக்கக்கூடாது. சொன்னதைச் செய்.''

''நான் உன்கிட்ட வைத்தியம் பாக்க வந்த நோயாளி இல்லை. வெளையாடாதே சத்யா. என்ன விஷயம்?''

தோளில் வைத்திருந்த கையை சற்றே அழுத்தவும் குணா எழுந்து நகர்ந்தான். ''வலிக்குதில்லை. அதான் சொன்னேன். கழட்டு. பாக்கலாம்.''

''அது ஒண்ணுமில்லை சத்யா. சின்னக் காயந்தான். மருந்து போட்டுருக்கேன். சரியாயிடும்.''

''அதுக்குத்தான் பாக்கலாம்னு கேக்கறேன்'' பிடிவாதத்துடன் அவன் அருகில் வந்தாள்.

மெல்ல பொத்தான்களை விடுத்து சட்டையைக் கழற்றினான் குணா. நாற்காலியில் அமர்ந்ததும் பின்னால் வந்து தோளை உற்று நோக்கினாள் சத்யா. இடது தோளில் கந்திப் போன பற்தடங்கள். கூடவே காய்ந்து கருத்துப் போன தழும்புகளும். வலது தோளிலும் சிறிதும் பெரிதுமாய் கடித்த தடங்கள்.

டெட்டால் கலந்த வெதுவெதுப்பான நீரில் பஞ்சுக் கற்றையை நனைத்துத் துடைத்தாள். பழுப்பு நிறக் களிம்பைப் பூசியவள் மேசையிலிருந்த மருந்துப் புட்டிகளுக்கு நடுவே ஊசி மருந்துகளி லிருந்து ஒன்றைத் தேர்ந்தெடுத்தாள். சிறு கத்தியின் நுனியால் சன்னமாய் அதன் தலையில் தட்டியதும் சிணுங்கென்று உடைந்து தொட்டிக்குள் விழுந்தது. ஊசியால் மருந்தை உறிஞ்சி லேசாக அழுத்தினாள். நுனியிலிருந்து துளிகள் சீறித் தெறித்தது. இடது புஜத்தில் செருகி மருந்தை உட்செலுத்தினாள்.

''இன்னிக்கு நான் கேக்கலைன்னா இப்பிடியே கடிபட்டுட்டே இருப்பே. இதுவும் பாய்சன்தான்னு தெரியாதா உனக்கு?''

சட்டையை மாட்டியபடி கேட்டான் ''உனக்கெப்படித் தெரியும்?''

''ரெண்டு நாள் முன்னாடி வீட்டுக்கு வந்தப்ப நீ குளிச்சிட்டு வெளியே வந்தே. அப்பப் பாத்தேன். இதுமாதிரி கடிப்பாங்கன்னு படிச்சிருக்கேன். ஆனா யுகன் விஷயத்துல நான் யோசிக்கவே இல்லை. எப்பிடித் தாங்கிட்டே?''

கதறி அழும்போது அவனைத் தூக்கிக் கொண்டவுடன் தோளில் சாய்பவன் சற்று நேரத்திற்கெல்லாம் பற்களைப் பதித்து பலம் கொண்ட மட்டும் கடிப்பதை ஒருகணம் எண்ணிப் பார்த்தான். ''வலி தாங்க முடியாமதானே அவன் கடிக்கறான். மொதல்ல ரெண்டு நாள் உதறி கீழே இறக்கினேன். ஆனா அதுக்கப்பறந்தான் தெரிஞ்சுது. என்ன செய்யறதுன்னு தெரியாமதான் கடிக்கறான்னு. அதுக்கப்பறம் எனக்கு வலிக்கல சத்யா.''

''முட்டாள்மாதிரி பேசாத. கடிக்கறான்னு தெரிஞ்சா அவனைத் தூக்காமல்ல இருக்கணும்.''

''உசுர் போற மாதிரி அழும்போது வேறென்ன செய்ய முடியும்?''

கைகளைத் துடைத்தபடி அமர்ந்தவள் அவன் முகத்தைப்

பார்த்தவாறே சொன்னாள் ''நேத்திக்குப் பெரியம்மா வந்திருந் தாங்க. ஏற்கெனவே சொல்லிருக்கேன். அப்பாவும் சொல்லிருக் காங்க. பேரனுக்கு இப்பிடி ஆயிருச்சேன்னு கவலைப்படறாங்க. ஆனா வந்து பாக்கக்கூடாதுன்னு பிடிவாதம். ரோஷம். நீயாச்சும் கொஞ்சம் விட்டுக் குடுக்கலாமில்ல.''

குணா சிரித்தான் ''விட்டுக் குடுக்கறதா? இப்பவும் அவங் களுக்கு அர்ச்சனா வேண்டாம். நான் வேணும். எம் புள்ள வேணும். என்ன சத்யா இது. நியாயமா இருக்கா?''

சத்யா தலைமுடியை ஒதுக்கினாள். சுவரிலிருந்த கடிகாரத்தைப் பார்த்தாள். ''கொழந்தை இப்பிடி இருக்கான்னு தெரிஞ்சும் பிடிவாதமா இருக்காங்கன்னா... என்ன சொல்றது? விடு.''

★

''**க**ர்த்தரே, நல்ல மேய்ப்பரில்லையா நீங்கள். உம் தூயகத்தி லிருந்து யாரையேனும் உதவிக்கு அனுப்புவீராக. மடி நிறையக் கிடக்கிறான் உம் மைந்தன். அவனுக்குப் பசி. அழுகிறான். அவனது வாதை உமக்குத் தெரியவில்லையா? அவனது கதறல் உம் காதில் விழவில்லையா? அவனைக் கீழே கிடத்திவிட்டு பால் கலக்க முடியாது. வலிக்கும். அழுவான். என் மடிமேல் கிடந்தால் அவனுக்கு வலியில்லை. இப்படியே மடியில் போட்டுக்கொண்டு என்னால் என்ன செய்யமுடியும் என் தேவனே...''

திறந்திருக்கும் வாசற்கதவைப் பார்த்தபடியே அர்ச்சனா கதறிக் கொண்டிருந்தாள். மடிகொள்ளாமல் கிடந்தான் யுகன். எட்டு வயதுக்குரிய உடல். மருண்ட கண்களுடன் உதடுகளைச் சுழித்துக் கொண்டு குழந்தையாய் சிணுங்கியிருந்தான். அர்ச்சானவின் இடது தொடை மெல்ல அசைந்திருந்தது. கண்ணீர் வழிந்து காதோரத்தில் வழிந்து நைட்டியை நனைத்தது. கழிவைச் சுத்தப்படுத்தி உடம்பைத் துடைத்து பவுடர் போட்டு முடித்த நேரத்தில் அவன் அழத் தொடங்கிவிட்டான். சிணுங்கலோ விசும்பலோ அல்ல. தொடக்கமே உயிரை உலுக்கும் அழுகைதான். விண்ணென்று கழுத்து நரம்புப் புடைக்க குரலுயர்த்திக் கதறுவான். கண்களை மூடிக்கொண்டு கைகள் இரண்டையும் நாம்பியபடி அழும்போது அடிவயிறு பதறும்.

''தேவனே, எப்போதும் எனக்கிரங்கும் நீரே இப்போதும் கைகொடுக்கவேண்டும். உன் ராஜ்ஜியத்தில் யாரும் நிர்கதி அடைவதில்லை. ஒவ்வொரு தாகத்தின்போதும் நீராக வந்து உயிர் நனைத்த உம் கருணை இப்போதும் இங்கிரங்க வேண்டும்.''

வாசலில் நிழலாடியது. தயக்கத்துடன் எட்டிப் பார்த்த இருவரைக் கண்டதும் அர்ச்சனா கிறிஸ்துவின் படத்தைப் பார்த்துத் தலை தாழ்த்தினாள். கை தானாகக் காற்றில் சிலுவையிட்டது.

''எம்மை கைவிடமாட்டீர் என்று தெரியும் பிதாவே. இதோ வந்துவிட்டார்கள் மீட்பர்கள். வாங்க. கர்த்தர்தான் இந்த நேரத்தில உங்களை இங்க அனுப்பிச்சிருக்காங்க.''

அர்ச்சானவின் தோற்றமும் மொழியும் வந்தவர்களைத் தயங்கச் செய்தன.

''குணா சார் வீடுதானே?'' இளம்பெண் துப்பட்டாவை சரிசெய்தபடியே உள்ளே எட்டிப் பார்த்தாள். உடனிருந்தவன் ஷூவைக் கழற்றிவிட்டு உள்ளே வந்தான்.

''ஆமா. உங்க குணா சார் வீடுதான். வாங்க. ஒரு சின்ன ஹெல்ப் பண்ணணும். ப்ளீஸ். கிச்சன் மேடையில பால் கலந்து வெச்சிருக் கேன். கொஞ்சம் எடுத்துத் தர முடியுமா? இவனை கீழ படுக்க வெச்சா மறுபடி அழுவான்.'' கெஞ்சலுடன் அர்ச்சனா கை நீட்ட அவள் உள்ளே நடந்தாள்.

வீட்டுக்குள் சுழன்ற காற்றிலிருந்த வீச்சத்தை உடனடியாக உணர்ந்தவள்போல் மூக்கை மூடினாள். மேடையிலிருந்த பால் புட்டியைக் கண்டதும் ஒருகணம் தயங்கினாள்.

''அதான். அந்தப் பால்புட்டிதான். எடுத்துத் தாங்களேன்.'' அர்ச்சனா தலைதிருப்பிச் சொன்னதும் எடுத்துக்கொண்டு வந்தாள்.

இளைஞன் கால்மடக்கி தரையில் அமர்ந்து யுகனைப் பார்த்தான். உருவத்துக்கும் அவன் கிடக்கும் கோலத்துக்கும் தொடர்பில்லை என்பது தெரிந்ததுதான் என்றாலும் அவன் இப்படி எதிர்பார்க்கவில்லை. இளம்பெண்ணும் அருகிலேயே உட்கார்ந் தாள்.

''நாங்க ரெண்டு பேரும் குணா சார் ஆபிஸ்லதான் வேல பாக்கறோம். இன்னிக்கு ஒரு ரிசப்ஷனுக்காக இந்தப் பக்கமா வந்தோம். அப்பிடியே பாத்துட்டுப் போலான்னு வந்தோம். சார் சொல்லிருக்காங்க.''

யுகன் பாலைக் குடித்துத் துப்பினான். ''குட்டிம்மாவுக்கு புடிக்கலையா? இல்லடா பட்டு. கொஞ்சமா குடிச்சுரு. அப்பறமா வேற மம்மு தரேன். குடிச்சுடு தங்கம். குடி.'' தலையை சற்றே பின்னால் சாய்த்துப் பாலை அவனுக்குப் புகட்ட முயன்றவளின் முகத்தையே நம்ப முடியாமலும் அச்சத்துடனும் பார்த்திருந்தாள்

இளம்பெண். கர்ரர்ரரர் என தொண்டையிலிருந்து எழுந்த ஓசையுடன் வாயிலிருந்து வழிந்தது பால்.

வாயைத் துடைத்துவிட்டு நிமிர்ந்தவள் அவளைப் பார்த்து சொன்னாள் ''இப்பிடித்தாம்மா. ஒரு மடக்கு குடிப்பான். அப்பிடியே துப்புவான். எப்பிடி பசி அடங்கும். கொஞ்ச நேரத்துல அழுவான். அழறதுக்காவது தெம்பு வேணுமில்ல.'' பால்புட்டியை வைத்துவிட்டு மடியில் அவனை இன்னும் சரியாகக் கிடத்திக் கொண்டாள். யுகன் வயிற்றில் தலையை முட்டி சற்றே திரும்பி னான்.

''உம் பேரு என்ன?'' யுகனின் தலையைக் கோதியபடியே அர்ச்சனா கேட்டாள்.

''சஞ்சனா. சாரோட ஆபிஸ்லதான் இருக்கேன்.''

''என் பேரு சரவணன். முன்னாடியே பாத்துருக்கீங்க. என் கல்யாணத்துக்கு இவனை அழைச்சிட்டு வந்தீங்க.''

உற்சாகத்துடன் தலை நிமிர்த்தினாள். ''ஆமா. அப்பல்லாம் துறுதுறுன்னு இருப்பான். ஒரு எடத்துல நிக்க மாட்டான். உன்னோட கல்யாணத்துக்கு அழைச்சிட்டு வந்தேனா? ரோஜாப்பூ மாதிரி இருப்பான்ல. எல்லாம் போச்சு. எப்பிடி ஆயிட்டான் பாருங்க. எல்லாமே தலைகீழா நடக்குது இவனுக்கு. அதப் பத்தி யெல்லாம் உங்க குணா சாருக்கு கவலையே இல்லை. ஆபிஸ்தான் முக்கியம். இங்க எது எப்பிடி இருந்தாலும் பரவாயில்லை. ஆபிஸ் போயாகணும் அவருக்கு. ம்... நாலு நாளா வேலக்காரம்மா லீவு. அவங்க சொந்தத்துல என்னவோ விசேஷம். இன்னும் ரெண்டு நாளாகும். அதான் நான் இவனை இப்பிடி வெச்சுட்டு சிரமப்பட றேன். நாள் பூரா யாராச்சும் வருவாங்க, ஹெல்ப் பண்ணுவாங் கன்னு உக்காந்திருப்பேன். துணி துவைக்கணும். தூங்க வெக்கணும். நெறைய வேலை. நான்தான் செய்யணும். இவர் எப்பவும்போல ராத்திரிதான் வருவார்.''

சரவணன் பேச்சை மாற்ற விரும்பியவனாய் சிறு தயக்கத்துடன் கேட்டான் ''நீங்களும் எங்க ஆபிஸ்லதானே வேல பாத்தீங்க?''

அவள் முகத்தில் மகிழ்வின் சிறு கீற்று மின்னலிட்டு மறைந்தது. ''ம்... அதெல்லாம் இப்ப எனக்கு ஞாபகத்துலயே இல்லை.'' அவள் விரல்கள் யுகனின் தலைமுடியை மெல்லக் கோதியிருக்க பால்புட்டியை உற்றுப் பார்த்தாள். ''அவரை நான் மீட் பண்ணினது ஒரு ஸ்போர்ட்ஸ் டே அன்னிக்கு. உங்களுக்குத்தான் தெரியுமே. ஸ்போர்ட்ஸ் கிளப் செக்ரட்டரி. இப்பவும் அவர்தானே? வெள்ளை

டீ சர்ட்டும் பேண்டும் போட்டுட்டு டிரிம்மா நின்னாரு. நான் வாலண்டியர். வேலையில சேர்ந்து எட்டு மாசந்தான் ஆயிருந்துச்சு. அன்னிக்கு நல்ல வெயில். தாங்க முடியலை. ஷாமியானா பந்தல்ல உக்காந்து ரெண்டு நிமிஷங்கூட ஆகலை. அங்க வந்து நின்னு என்னைப் பாத்து கத்த ஆரம்பிச்சுட்டார். 'நெழல்ல வந்து உக்கார்றதுன்னா எதுக்கு இந்த வேலைக்கு வரணும்? கோ டு யுவர் பொசிஷன்.' எனக்கு செம கோவம். என்ன இந்த ஆளு இப்பிடி வந்து மேனர்சே இல்லாம கத்தறார்னு. மொறைச்சுட்டே எந்திரிச்சுப் போனேன். அன்னிக்கு முழுக்க அவர் என்னை மொறைக்கறதும் நான் மூஞ்சியத் திருப்பிக்கறதுமாப் போச்சு.''

யுகன் வாயிலிருந்து பால் வழிந்தது. ஓரத்தில் கிடந்த சிறு துவாலையை எடுத்த நிதானமாகத் துடைத்தாள். மடித்து வைத்தவள் நிமிர்ந்து பார்த்தாள். மறுபடியும் உதட்டில் புன்னகை ''ஒரு வாரம் கழிச்சு திடீர்னு ஒருநாள் எங்க வீட்ல வந்து பொண்ணு கேட்டாரு. என்கிட்டகூட சொல்லலை.''

மடியில் கிடக்கும் மகனை மறந்து உற்சாகத்துடன் பேசியவளின் முகமே ஒளிகொண்டிருந்தது.

''ம். உங்க வீட்ல என்ன சொன்னாங்க?''

''அப்பா அம்மாவுக்கு இஷ்டமில்லை. ஜாதிவிட்டே தரமாட்டாங்க. இதுல இவர் கிறிஸ்டியன் வேறயா. முடியாதுன்னு மூஞ்சில அடிச்சமாரி சொல்லிட்டாங்க.''

''நீங்க என்ன சொன்னீங்க?''

சஞ்சனா கேட்டதும் சற்றே வெட்கத்துடன் தலை குனிந்தபடி சொன்னாள் ''செம கோவம் எனக்கு. எந்த மூஞ்சிய வெச்சுட்டு லவ் யூ சொல்றான்... வீட்ல வந்து பொண்ணு வேற கேக்கறான் இவன்னு பதில் சொல்லாம போயிட்டேன். கூட இருந்த லதா அக்கா கட்டிப் புடிச்சுட்டு சொன்னாங்க. 'நீ ரொம்ப லக்கிடீ. ஒரு தடவை திரும்பிப் பாக்க மாட்டாரான்னு நாங்க எல்லாம் தவிச்சு கெடக்கறோம். உங்கிட்ட வந்து சிரிக்கறார் மனுஷன். விட்றாதே.' எனக்கு அப்ப தெரியலை. ரெண்டு நாள்ல ஆபிஸ் பூராவும் விஷயம் பரவிடுச்சு. அவரப் பத்தி எனக்கும் தெரிய வந்துச்சு. மூணாவது மாசமே தாமஸ் சர்ச்சில வெச்சி கல்யாணம். ரெண்டு வீட்லேர்ந்தும் யாரும் வர்லை''

கன்னத்தில் நீர் வழிந்தது. உதடுகள் நெளிய விசும்பினாள் ''ஆனா இப்பத்தான் தப்பு பண்ணிட்டேனோன்னு வருத்தப்படறேன். எம் புள்ளை இப்பிடி ஒரு நிலைமையில இருக்கறது

தெரிஞ்சா எங்க வீட்ல சும்மா இருப்பாங்களா? அவங்க பேச்ச கேக்கலைங்கறதுக்காக யாரும் எட்டியே பாக்க மாட்டேங்கறாங்க. எல்லாம் நான் செஞ்ச பாவம். எங் கொழந்தையை இப்பிடி வாதிக்குது. ஆனா உங்க சார், குணா சார், இதப் பத்தியெல்லாம் கவலையே படாம சூட்டும் கோட்டுமா ஆபிஸ் கெளம்பி வந்துர்றார்.''

யுகன் மெல்ல உடல் நெளித்து அழத் தொடங்கினான். உடலை முறுக்கித் தலையைத் திருப்பி கைகளை உதறிக்கொண்டு அழுதான். உக்கிரமான அழுகையைக் கேட்டவுடன் சஞ்சனாவின் உடல் நடுங்கியது. வலியே குரலாகப் பீறிட்டு வெடித்து சுவர்களின் மோதித் தெறித்தது.

''சேர்டா செல்லம். இங்க பாரு. என்ன வேணும் உனக்கு?'' கண்ணில் நீர் வழிய கால்களை நீட்டி அவனை நேராகக் கிடத்தி னாள் அர்ச்சனா. உடலை முறுக்கியபடி கைகளை அவன் காற்றில் வீச அவளது முகத்தில் வேகமாய் மோதியது. ஒருகணம் சற்றே பின்வாங்கியவள் நொடியில் தலையைத் தாழ்த்தி அவன் கைகளைப் பற்றிக்கொண்டு மார்பை நீவினாள்.

''ஏன் இப்பிடி அழறான்?'' சரவணன் செய்வதறியாமல் திகைத்திருந்தான்.

''எதுக்கு அழறான்னு உங்க சார்கிட்ட போய் கேளுங்க. எங்கிட்ட சொல்லிட்டா அழறான்?'' முகத்தை வெடுக்கெனத் திரும்பிப் பார்த்து சீறினாள். யுகனின் உடல் துள்ளி நெளிந்தது.

சரவணன் அவன் கால்களைப் பற்றினான். சூடு கொதித்தது.

''சரியாயிடும். ரெண்டு நிமிஷம் இப்பிடி வீர்னு கத்துவான். அப்பிடியே ஓஞ்சுருவான். எங்க வலிக்குது என்ன செய்யுதுன்னு ஒண்ணும் தெரியாது. அப்பிடியே துடிச்சுப்போயி கத்துவான். உடம்பு இப்பிடித்தான் கொதிக்கும். என்ன பண்ணமுடியும் என்னால? அந்த ஆண்டவரே கைவிட்டுட்டார். யாரைச் சொல்லி என்ன பண்ணமுடியும்?'' மார்பை நீவியபடியே அர்ச்சனா சொல்லிக் கொண்டிருக்க சஞ்சனா குலுங்கி அழுதபடி எழுந்தாள்.

உடலின் முறுக்கம் மெல்லத் தளர அழுகை அடங்கத் தொடங் கியது. சரவணன் கைகளை விடுவித்தபோது கால்கள் துவண்டு சரிந்தன.

''இப்பிடியே கொஞ்சம் புடிப்பா. பெட்ல படுக்க வெச்சர் லாம்.''

சுருட்டி வைத்திருந்த சிறிய மெத்தையை சஞ்சனா விரித்தாள். ''இதக் கொஞ்சம் மேல விரிச்சிரும்மா...'' அர்ச்சனா ரப்பர் ஷீட்டை நீட்டினாள். அதன் மேல் மெல்லிய போர்வையை மடித்துப் போட்டு அவனைக் கிடத்தியபோது அழுகை முற்றிலுமாய் அடங்கியிருந்தது. கண்கள் எங்கோ வெறித்து நின்றன. வாய் சற்றே கோணி எச்சில் வடிந்தது. அர்ச்சனா அவன் சட்டையை சரிப்படுத்தியபோது ''ம்ம்...ங்கா'' என்றான்.

''இப்பிடித்தான் எப்பவாச்சும் சத்தம் வரும். உனக்குத் தெரியுமே, எப்பிடி பேசுவான் இவன்? அப்பிடியே அட்சரசுத்தமா, மழலையே இல்லாதமாதிரி தெளிவா கணீர்னு பேசுவானே. இப்ப அம்மான்னுகூட சொல்ல வர்ல.'' அழுகையுடன் குரல் இடற மெல்ல எழுந்தாள்.

''கொஞ்சம் பாத்துக்கப்பா. பாத்ரூம் போயிட்டு வரேன். காலைலேர்ந்து எழுந்திருக்கவே வழியில்லை. ஏம்மா ஒரு உதவி பண்ணு. அடுப்புல கொஞ்சம் பால் இருக்கு. சூடு பண்ணி அந்த பிளாஸ்க்ல ஊத்தி இங்க கொண்டுவந்து வெச்சுரு. இனியொரு தடவை அழறதுக்கு முன்னாடி கொஞ்சம் குடுத்தர்றேன்.'' தளர்வுடன் மெல்ல நடந்தாள்.

'ங்கா..' காற்றில் ஒருமுறை கையை வீசிய யுகன் உதடுகள் நெளிய சிரித்தான்.

பிரார்த்தனைக் குரலுடன் உள்ளே நகர்ந்தவளைப் பார்த்திருந்த சஞ்சனா கண்ணீரைத் துடைத்தாள்.

★

யுகனின் நெற்றியில் சிலுவையிட்ட பின் கண்மூடி நின்றார் பங்குத்தந்தை. அவரது உதடுகள் நிதானமாக பிரார்த்தித்தன.

''தேவனின் ஆசிர்வாதங்கள் அனைத்தும் இவரை ஸ்வஸ்திப்பதாக. இத்தனை காலமும் இவரது பாதையில் எதிர்ப்பட்ட துஷ்ட ஆவிகள் அனைத்தும் விலகிப் போக தேவனின் மகிமை கைகூடட்டும். துன்பத்தின் கனிகள் ஒருபோதும் தூயவர்களைத் தீண்டாது. ஒருபோதும் இனி இந்த வீட்டைக் கெட்ட ஆவிகள் அணுகாது. இவன் இனி அமைதி கொள்ளட்டும். வாதையிலிருந்து விடுதலையாகி வானின் ஒளியைக் காணட்டும். தேவனின் இனிய சங்கீதம் இவன் காதில் ஒலிக்கட்டும்.''

யுகன் வெறுமனே கிடந்தான். விழிகள் எங்கோ பார்த்தபடி அசைவற்று நிலைத்திருந்தன. தலை பெருத்து மூட்டுகள் வீங்கி

தடித்த மூக்கும் உப்பலான வயிறுமாக அர்ச்சனாவின் மடியில் கனத்துக் கிடக்கிறான். உதடோரத்தில் வழிந்த எச்சிலைத் துடைத்த அர்ச்சனா கைகூப்பினாள். கண்ணீரை மறந்திருந்தாள். உயிர்ப் பிழந்த கண்கள். கருத்து வெடித்த உதடுகள். மடியில் கிடக்கும் கொடுந்துயரின் சுமையில் அவளும் களைத்திருந்தாள்.

வாசலுக்கு வந்ததும் பங்குத்தந்தை குணாவின் தோளில் கைவைத்தார் ''பொறந்த கொழந்தை மாதிரியே ஆயிட்டானே. கடவுள் இப்பிடியும் சில நல்ல ஆத்மாக்களை சோதிக்கறார். அர்ச்சனாவ இப்பிடிப் பாக்கறதுக்கு வேதனையா இருக்கு. கண் முன்னாடி பெத்த பிள்ளை இப்பிடி குழந்தையா சுருங்கி கஷ்டப் படறதைப் பாத்தா யாராலதான் தாங்க முடியும்? கர்த்தர் மேல பாரத்தைப் போட்டுட்டு ரெண்டு பேர்த்தையும் ஜாக்கிரதையா பாத்துக்க குணா.''

குணா உள்ளே வந்தபோது அர்ச்சனா பைபிளுடன் இருந்தாள். யுகனின் விழிகள் எங்கோ வெறித்திருந்தன. நாக்கை நீட்டி உதட்டைச் சப்பிக்கொண்டிருந்தான்.

குணா அருகில் அமர்ந்தான். சற்றே மடங்கின இடதுகால் விரல்களைத் தொட்டான். 'கிலுக்'கென்ற சிரிப்பு. தாடையில் வழிந்த எச்சிலைத் துடைத்தபோது மறுபடி சிரித்தான்.

அர்ச்சனா தேம்பியவாறே வாசித்தாள்.

''ஒழிக நான் பிறந்த அந்த நாளே. ஓர் ஆண்மகவு கருவுற்றதெனச் சொல்லிய அந்த இரவே. அந்த நாள் இருளாகட்டும். மேலிருந்து கடவுள் அதை நோக்காதிருக்கட்டும். காரிருளும் சாவிருட்டும் அதைக் கவ்விக் கொள்ளட்டும். கார்முகில் அதனை மூடிக் கொள்ளட்டும். அவ்விரவைப் பேயிருட்டு பிடிப்பதாக. ஆண்டின் நாள் கணக்கினின்று அது அகற்றப்படுவதாக. அவ்விரவு வெறுமை யுற்றுப் பாழாகட்டும். அதன் விடியற்கால விண்மீன்கள் இருண்டு போகட்டும்.''

★

மின்விசிறிக் காற்றில் அசைந்த வண்ண பலூன்களையும் காகிதப் பூக்களையும் பார்த்துச் சிரித்தான் யுகன். பற்கள் உதிர்ந்து ரோஜா நிற ஈறுகள் பளிச்சிட்டன.

அகலமான தட்டின் நடுவில் கேக்கை வைத்து எடுத்து வந்தாள் அர்ச்சனா. ''குட்டி, சிரிக்கறியா. அம்மா இதோ வரேன்.''

கால்களை ஒருமுறை காற்றில் உதைத்து மீண்டும் சிரித்தான்.

‘‘குணா. எங்கிருக்கே நீ. நேரமாச்சு வா. அப்பறம் அவன் அழ ஆரம்பிச்சிட்டா எதுவும் பண்ண முடியாது.’’

கேக்கில் மெழுகுவர்த்திகளைக் குத்தினாள். மெழுகு வர்த்தியை செருகும்போது ஒருகணம் நிதானித்தாள்.

கர்த்தரின் படத்தின் கீழே நின்ற குணா மேசையின் மீதிருந்த பைபிளை எடுத்தான். கண்மூடி பிரார்த்தித்தபடியே திறந்தான். கண்களைத் திறந்து கண்ணில் பட்ட வசனத்தைப் படித்தான்.

‘‘பாலை நிலத்தில் நான் பாதை ஒன்று அமைப்பேன். பாழ்வெளியில் நீரோடைகளைத் தோன்றச் செய்வேன். காட்டு விலங்குகளும் என்னைப் புகழும். குள்ள நரிகளும் தீக்கோழிகளும் என்னைப் பெருமைப்படுத்தும்.’’

‘‘அவனை நீங்க எடுத்து வெச்சுக்கறீங்களா? நான் கேக் வெட்டறேன்’’ அர்ச்சனா மெழுகுவர்த்திகளை ஏற்றினாள்.

யுகனைத் தூக்கித் தன்மேல் சாய்த்தபடி தூக்கிக்கொள்ள அர்ச்சனா கேக்கை வெட்டினாள். ‘‘ஹேப்பி பர்த் டே டு யூ. ஹேப்பி பர்த் டே டு யூ. ஹேப்பி பர்த் டே டு யுகன். ஹேப்பி பர்த் டே டு யூ.’’ இருவரும் உரத்த குரலில் பாடவும் விழிகளை உருட்டிச் சிரித்தான் யுகன். பலூனொன்று காற்றில் அசைந்து பட்டென்று வெடித்தது. ஒருகணம் திடுக்கிட்டு அசைந்தவன் கெக்கலித்துச் சிரித்தான்.

சிறு துண்டு கேக்கை எடுத்து அவன் வாயில் வைத்தாள் அர்ச்சனா. கண்களில் கோர்த்திருந்த நீரில் மெழுகுவர்த்தியின் ஒளி பளபளத்தது. கேக்கின் தித்திப்பை உணர்ந்த நொடியில் நாக்கைச் சுழற்றி உதடுகளைச் சப்பினான்.

சுமந்திருக்க முடியாது அவனை படுக்கையில் கிடத்தியதும் நீண்டு தடித்த கால்களை உதைத்தபடி அழத் தொடங்கினான்.

‘‘ஓகே ஓகே. டாடி இங்கதான் இருக்கேன்.’’என்றபடி அவன் அருகில் அமர்ந்தான்.

அர்ச்சனா கேக் தட்டை கர்த்தரின் மேசையின் மேல் வைத்தவள் கைகளைத் துடைத்துவிட்டு கண்மூடி நின்றாள்.

யுகனின் அழுகை வலுத்தது. கால்களை உதைத்தபடி கதறத் தொடங்கினான்.

★

நள்ளிரவில் அர்ச்சனாவின் அழுகையொலி அனைவரையும்

எழுப்பியது.

தரையில் படுத்திருந்த குணா எழுந்து பார்த்தபோது அர்ச்சனா யுகனை மடியில் ஏந்தி அவன் கன்னத்தைத் தட்டிக் கொண் டிருந்தாள்.

''இவனப் பாரு குணா. எனக்கு பயமாயிருக்கு குணா. கண்ணு இங்க பாரு. அம்மா இருக்கேன் பாரு. ஆண்டவரே இவனைக் குடுத்துருங்க. எங்கிட்டே இருந்து பறிச்சிறாதீங்க.''

தளர்ந்து கிடந்த யுகனின் உடலை ஒருகணம் உற்றுப் பார்த்தான். அசைவற்றுக் கிடந்தது. மார்புகூட்டை வெறித்துப் பார்த்தான். ஏறித் தாழும் கணத்துக்காகக் காத்திருந்தான். வெகுநேரம் ஆனபோதும் அசையவில்லை. நடுக்கத்துடன் விரலை நாசியில் வைத்துப் பார்த்தான்.

''பாரு. நல்லா பாரு. மூச்சிருக்குதான்னு பாரு. என்னன்னு சொல்லாமயே எங் கொழந்தையை இப்பிடி பண்ணிட்டியே. பாவி. இதுக்குத்தான் பெத்து வளத்தேனா? இப்பிடித் தூக்கிக் குடுக்கத்தான் பாத்துப் பாத்து வளத்தேனா?''

அர்ச்சனாவின் அழுகை அவனைத் தொடவில்லை. உத்தரவாத மாய் தெரிகிறதுதான். அடிவயிற்றில் இன்னும் சூடு இருக்கிறது. ஆனால் மூச்சில்லை.

''இரும்மா. சத்யாவை வரச் சொல்றேன்.'' வெளியே வந்தவன் செல்போனை எடுப்பதற்கு முன்பாக கர்த்தரைப் பார்த்தான். விடிவிளக்கின் ஒளியில் அவரது புன்னகை அவனைத் தொட்டது.

மறுபடி உள்ளே போனபோது அர்ச்சனா யுகனின் உள்ளங்கை களைத் தேய்த்துக்கொண்டிருந்தாள்.

''என்னவாச்சும் பண்ணேன் குணா. சும்மாவே நிக்கறே. இவன் போயிட்டா நிம்மதின்னு பாக்கறியா? இவனுக்கு மட்டும் ஏதாச்சும் ஆச்சுன்னா நான் சும்மா இருக்க மாட்டேன். என்ன வாச்சும் செய்யேன்டா.'' ஆர்ப்பரித்துக் கத்தினாள்.

உள்ளங்கால்களை மடியில் வைத்து தேய்க்கத் தொடங்கியவன் குமுறி அழலானான்.

★

நீலமும் சிவப்புமான பிறந்த நாள் உடையுடன் பெட்டிக்குள் யுகன். பெருத்த தலையும் சிறுத்த உடலுமாய் அடங்கியிருந்தான். சவப்பெட்டியின் மேல் சிலுவையை அசைத்தபடியே இறுதி வாக்கை உச்சரித்திருந்தார் பாதிரியார். 'ஆண்டவர் அளித்தார்.

ஆண்டவரே எடுத்துக் கொண்டார். அவனது தேவ ராஜ்யத்தின் மகிமைக்கு ஆட்பட்டுவிட்டான் பாலமைந்தன். விண்ணுலகின் ஒளியுடன் கலந்துபோனது அவனது தூய ஆவி. அவனது அருளாசி இல்லம் எங்கும் நிறையட்டும். நிம்மதி நிலவட்டும். இத்தனை நாளின் வாதையும் கண்ணீரும் விலகிப் போகட்டும். எம் ஆண்டவனின் அருள் மட்டுமே இனி இங்கு நிறைந்திருக்கும். மைந்தனை அவன் கையில் ஒப்படைப்போம். அவனது நெடும் பயணத்தில் அனைத்தும் நலமாய் அமையும். ஆமென்'' மீண்டும் சிலுவையை அசைத்து பிரார்த்தனை முடித்துவிட்டு பின்னகர்ந்தார் பாதிரியார்.

மயங்கிக் கிடந்தாள் அர்ச்சனா.

2

தேவாலயத்தின் மணி ஒலித்தது. வளைமுகட்டின் விளிம்பில் அமர்ந்திருந்த புறாக்கள் சடசடத்துப் பறந்தன. வண்ணக் கண்ணாடிகள் பதித்த ஜன்னல்களின் வழியாக உள்ளிறங்கியது சூரியவெளிச்சம். அர்ச்சனா மண்டியிட்டுக் கண்மூடி பிரார்த்தனையில் ஆழ்ந்திருந்தாள். மலர்களின் மென்மையான வாசனை. மாதாவின் முகத்தை, அவள் கைகளில் ஏந்திய தேவகுமாரனின் மழலை முகத்தை மனத்தில் நிறுத்தினாள். தன்னை அன்பனாகத் தேர்ந்தெடுத்தமைக்கு ஆண்டவருக்கு நன்றி சொன்னாள்.

குணா சிலுவையிட்டபடி எழுந்தான். ஓசையெழுப்பாது பின்னகர்ந்து நிமிர்ந்து பார்த்தான். சுவரில் ஜன்னலுக்கு மேலாக நல்ல மேய்ப்பனின் ஓவியம். காற்றில் கலைந்த தலைமுடியும் தாடியுமாய் துரட்டிக்கோலுடன் நிற்கும் மேய்ப்பனின் முகத்தில் தான் எத்தனை கருணை! எல்லையில்லா அந்தக் கருணையின் ஒருதுளிதான் இப்போது எமக்கு வாய்த்திருக்கிறது.

அர்ச்சனாவின் முகத்தில் புத்தொளி. துயரத்தின் கரிய நிழல் விலகிய ஆசுவாசம். கண்களுக்குக் கீழே கருவளையங்கள். அருகில் வந்தவள் மேய்ப்பனைப் பார்த்தபடியே மெல்லச் சிரித்தாள்.

''என் வயித்துல மறுபடி அவனேதான் வந்துருக்கான் குணா. எனக்கு நல்லாத் தெரியுது.'' தளர்ந்த அவள் குரலில் உற்சாகமும் குதூகலமும் துள்ளின.

அருகில் அமர்ந்ததும் தயக்கத்துடன் சொன்னாள் ''ஆனா,

பயமா இருக்குப்பா.''

குணா அவள் கையைப் பற்றி மெல்ல இறுக்கினான். ''தைரியமா இரு. அவனையேதான் பெத்து வளக்கணும்தானே ஆசப்பட்டே. அதானே உன்னோட பிரார்த்தனை. நீ கேட்டதைத் தான் ஆண்டவர் குடுத்துருக்கார். எதுக்கு பயம்?''

வளைமுகட்டின் மையத்தில் அலங்கரித்த வேலைப்பாடு களுக்கு நடுவே நின்ற தேவகுமாரனை ஏறிட்டுப் பார்த்தபடியே அர்ச்சனா கேட்டாள் ''எல்லாம் நல்லபடியா அமையணும். சத்யா உங்கிட்ட என்னவோ சொன்னா. அதெல்லாம் எனக்குத் தெரிய வேண்டாம். எனக்கு எம் புள்ளைய நல்லவிதமா குடுத்துட்டா போதும்.''

ஆலயமணி மறுபடி ஒலித்தது.

★

மருத்துவமனையின் கூடத்திலிருந்த அன்னை மேரியின் வெண்ணிறச் சிலையருகே நின்றாள் அர்ச்சனா. மெழுகுவர்த்திச் சுடர்கள் காற்றில் அசைந்தன.

''நா இங்கயே வெயிட் பண்றேன். நீ போயிட்டு வா.'' அர்ச்சனா அருகிலிருந்த பெஞ்சில் அமர்ந்தாள்.

கதவைத் தட்டிவிட்டு அறைக்குள் நுழைந்தான் குணா. சீனியர் டாக்டர் சொல்வதைக் கவனத்துடன் கேட்டுக்கொண்டிருந்த சத்யா திரும்பிப் பார்த்து உள்ளே வரும்படி தலையசைத்தாள்.

''வாங்க குணா. உக்காருங்க.'' நரைத்த தலைமுடியும் தடித்த கண்ணாடியுமாக நாற்காலியில் சாய்ந்திருந்தவர் நிமிர்ந்தார்.

''வாழ்த்துக்கள் குணா. நல்ல செய்திதான் வந்திருக்கு. அர்ச்சனா எங்க?'' டாக்டர் கைகளை நீட்டினார்.

அவர் கைகளைத் தளர்ச்சியுடன் பற்றிய குணா சிரித்தான் ''வெளியில உக்காந்திருக்காங்க. வரச் சொல்லவா?''

அவசரமாகத் தலையாட்டி மறுத்தார் ''வேண்டாம். வீணா குழப்பந்தான். அவங்களுக்கு இது என்னன்னு தெரியாம இருக் கறது நல்லதுதான்.''

தம்ளரில் தண்ணீரை நிறைத்துப் பருகிய சத்யா மடிக்கணினி யின் திரையில் இருந்ததைக் கூர்ந்துப் படித்தபோது குணா கேட்டான் ''என்ன செய்யணும் இப்ப? எனக்கு நெறைய சந்தேகம். குழப்பம். கொஞ்சம் பயமாவும் இருக்கு.''

கணினியை மூடினாள் சத்யா ''நத்திங் டு வொரி குணா. பயப்படறதுக்கு ஒண்ணுமில்லை. அர்ச்சனாவுக்கு இப்ப ரெண்டு மாசங்கூட முடியலை. இப்ப ஒரு டெஸ்ட் எடுக்கணும். தொப்புள்கொடில இருந்து சேம்பிள் எடுத்து யு.எஸ்ல இருக்கற லேபுக்கு அனுப்பினா போதும். பதினைஞ்சு நாள்ல சொல்லிடு வாங்க.''

அவள் நிறுத்தியதும் டாக்டர் பேனாவைச் சுழற்றியபடியே தொடர்ந்தார் ''இந்த ஹன்டர் சிண்ட்ரோமைப் பொறுத்தவரை மொதல்ல பையனா இருந்து ரெண்டாவதும் பையன்னா கொஞ்சம் ரிஸ்க்தான். அதுவே ரெண்டாவது பொண்ணுன்னா அவ்வளவு பயப்பட வேண்டியதில்லை.''

அவர் சொல்லிக்கொண்டிருக்கும்போதே குணாவுக்குத் தலை சுற்றியது. எதற்கு வேண்டாத இந்த வேலை. ஒரு பிள்ளையைப் பெற்று வளர்த்துப் பறிகொடுத்த துக்கம் போதாதா? இன்னொரு முறையும் இந்த விஷப்பரிட்சை தேவையா? அர்ச்சனாவின் துக்கத்துக்கு மருந்தாக அமையும் என்று யோசித்ததுதான். ஆனால் அதுவே இன்னொரு கொடுந்துக்கத்துக்கு பாதையாகிப் போனால் என்ன செய்வது? கர்த்தர் அமைக்கிற பாதை இது. அவர்மேல் பாரத்தைப் போட்டுவிட்டு நடக்கவேண்டியதுதான்.

''இதுவே உனக்கு மொதல்ல இருந்தது பெண் குழந்தைன்னா நான் வேண்டாம்னே சொல்லிருவேன். ஏன்னா இதுவரைக்கும் அப்பிடித்தான். முதல்ல பெண் குழந்தை பிறந்து அதுக்கு இந்த வியாதி இருந்தா ரெண்டாவது ஆண் பெண் எதுவானாலும் நிச்சயமா அதுவும் அந்த வியாதியோடதான் பிறக்கும். உன் விஷயத்துல அப்பிடி இல்லை. அதுவே பெரிய அதிர்ஷ்டம்தான்.''

தேவனின் ராஜ்ஜியத்தில் எல்லாமே அதிர்ஷ்டம்தான். அவன் பிறந்தவுடன் இருவரும் எத்தனை மகிழ்ந்தோம். ஒதுங்கி நின்ற உறவுகள் அனைத்தும் இவனைக் கண்டேனும் ஒட்டிக்கொள் வார்கள் என்று நம்பினோம். ஆனால் தேவனைத் தவிர உமக்கு யாருமில்லை என்று அனைவரும் ஒதுங்கியே நின்றார்களே. இப்போது அவர்களுக்குத் திருப்தியாக இருக்கும். எங்களைப் பழிவாங்கிய நிறைவு இருக்கும்.

''நீதான் முடிவைச் சொல்லணும். மொதல்ல டெஸ்ட் எடுக்கற துக்கு ஒத்துக்கணும். ரெண்டாவது ஒருவேளை அந்த டெஸ்ட் பாஸிட்டிவா இருந்துச்சுனா உடனே யோசிக்காம அபார்ஷன்தான். அதுக்கும் தயாரா இருக்கணும்.''

கலக்கத்துடன் இருண்ட அவன் முகத்தையே பார்த்திருந்த டாக்டர் முன்னகர்ந்தார் ''குணா, உங்களுக்கு யோசிக்கறதுக்கு ரொம்ப டைம் இல்லை. ஏன்னா முடிவு தெரிஞ்சு அதுக்கப்பறம் அதை டெர்மினேட் பண்றதுன்னா கொஞ்சம் சீக்கிரமா பண்ண ணும். இல்லைன்னா உங்க மனைவிக்கு ஆபத்து. நான் சொல்றது புரியும்னு நெனக்கறேன்.''

சத்யா அவன் தோளைத் தொட்டாள். கண்களை மூடித் திறந்தவன் தண்ணீரை எடுத்துக் குடித்தான். நிமிர்ந்து டாக்டரின் முகத்தைப் பார்த்தான். அர்ச்சனாவைப் பார்க்கவேண்டும் போலிருந்தது.

''என்ன சத்யா இது? என்னவோ சொல்றீங்க. இதெல்லாம் ஏன்? என்னமாதிரி பிரச்சினை? எனக்கு ஒண்ணுமே வேண்டான்னு தோணுது.''

சத்யா அவன் தோளைத் தொட்டாள். மடிக்கணினியைத் திறந்து காட்டினாள். ''இங்க பாரு. இன்னிக்கு உன்னைமாதிரி உலகத்துல எத்தனை லட்சம் பேர் இருக்காங்க பாரு. இதனால பாதிக்கப் பட்டவங்களுக்குன்னு ஒரு சொஸைட்டியே இருக்கு. நெறைய அட்வைசஸ் தராங்க. குறிப்பிட்ட ஸ்டேஜ்குள்ள கண்டுபுடிச் சிட்டா ட்ரீட் பண்ணவும் முடியுங்கறாங்க. இதெல்லாம் டெஸ்ட் பாஸிட்டிவா இருந்தா மட்டுந்தான். இல்லேன்னா எதைப் பத்தியும் நாம கவலப்படவே தேவையில்லை.''

குணா கழுத்துச் சங்கிலியில் இருந்த சிலுவைத் தொட்டுக் கொண்டான். இனி இதுதான் வழி. வேறு மார்க்கமில்லை. யோசிப்பதிலும் பயனில்லை. எழுந்து நின்றபடியே சொன்னான் ''எல்லாம் ஆண்டவன் விட்ட வழிதான் டாக்டர். எப்பிடியிருந் தாலும் டெஸ்ட் எடுக்கறதுதான் சரி. நீங்க தேதியை ஃபிக்ஸ் பண்ணுங்க. பண்ணிரலாம். அர்ச்சனாகிட்ட நான் சொல்லிக் கறேன்.''

வெளியே வந்தபோது அர்ச்சனா மேரியின் சிலையருகே தலைகுனிந்து நின்றிருந்தாள். மெழுகுவர்த்திகளின் அசையும் சுடர்களின் ஒளி அவள் முகத்தில் விழுந்திருந்தது.

★

கண்களை மூடியபடியே அடியெடுத்து நடந்த குணாவின் கையைப் பற்றியிருந்த அர்ச்சனா எச்சரித்தாள் ''கண்ணைத் தெறக்கக்கூடாது. நான் சொல்ற வரைக்கும் அப்பிடியே வரணும்.'' குரலில் இழைந்திருந்தது சந்தோஷம்.

படுக்கையறையாக இதுவரை பயன்படுத்தியிருந்த கிழக்குப் பக்க அறையை ஒரு வாரத்துக்கு முன்பே தன் கட்டுப்பாட்டில் எடுத்துக்கொண்டாள். கூடத்தையொட்டி வலதுபக்கம் இருந்த அறையில் கட்டிலைப் போடச் செய்தாள். அன்றிலிருந்து அந்த அறைப்பக்கமாய் எட்டிப் பார்க்கவும் அவள் அனுமதிக்கவில்லை.

கதவைத் திறந்து மெல்ல அவன் முதுகில் கைவைத்து உள்ளே நகர்த்தியபடியே சொன்னாள் "இப்ப மெதுவா கண்ணைத் திறந்து பாரு."

குணா கண்களைத் திறந்தான். இருட்டு.

"ஒண்ணுந் தெரியலையா?" அர்ச்சனா குதூகலத்துடன் கேட்ட படியே சிரித்தாள்.

"இரு இரு. லைட்டைப் போடறேன்." மின்விளக்கின் விசையைத் தட்டும் ஓசை. நொடியில் வெளிச்சம் அறையை நிறைத்தது.

முற்றிலும் வேறொரு அறையாகியிருந்தது. மெல்லிய ரோஜா வண்ணத்தில் சிறிய பூக்களுடன் அசையும் திரைச்சீலைகள். இளமஞ்சள் வண்ணமடித்த சுவரில் பசிய இலைகளுடன் வளை கொடிகள். சிறகசைக்கும் வண்ணத்துப்பூச்சிகள். சிறிய அழகான படுக்கை. அலமாரியில் விதவிதமான பொம்மைகள். சிவப்பு கரடி பொம்மைக்கு அருகில் சோட்டா பீம் கைகளைக் கட்டி நிமிர்ந் திருந்தான். யானைகளும் குதிரைகளும் டைனோசர்களும் நின்றிருக்க கீழ்த் தட்டில் வண்ணங்கள் ஒளிரும் கார்களும் சைக்கிள்களும். அறைவாசலுக்கு இடதுபுறமாய் மூலையில் நடைவண்டி. ஒலிக்கும் மணிகளுடன் சக்கர நடைவண்டி.

"குட்டியோட ரூம். எப்பிடி ரெடி பண்ணிருக்கேன் பாரு. நல்லா இருக்கா?" பெருமையுடன் முகம் பார்த்தாள்.

குணாவுக்கு ஆச்சரியம் தாளவில்லை. "என்ன வேலை செஞ் சிருக்கே நீ. எங்கிட்ட ஒண்ணுமே சொல்லலை."

"சர்பிரைஸா இருக்கட்டுமேன்னுதான். வயித்துலேர்ந்து வெளிய குதிச்சிட்டா அவன் எங்கயும் நகரவிடமாட்டான். அதான் வேணுங்கறதெல்லாத்தையும் இப்பவே வாங்கி வெச்சிட்டேன்." கன்னத்தில் கைவைத்தபடி துள்ளினாள்.

குணா அவள் காதைப் பற்றி செல்லமாய் திருகினான் "எங்கிட்ட சொல்லிருந்தா நானும் ஏதாவது செஞ்சிருப்பேன்ல."

அருகில் வந்தவளை அணைத்தபடியே கட்டிலில் அமர்ந்தான்.

இரண்டு வாரத்தில் நிறைய மாறியிருந்தாள். அழுகையும் சீற்றமுமாய் அச்சப்படவைத்திருந்த அர்ச்சனா காணாமல் போயிருந்தாள். கன்னங்கள் மின்ன முகம் தெளிந்திருந்தது. கண்களில் நிறைவின் ஒளி.

பெரிய படங்களுடன் கூடிய வண்ணப் புத்தகத்தைப் புரட்டிய படியே மெல்லக் கேட்டாள் ''சத்யா எப்ப வரச் சொல்லிருக்கா?''

குணா பதில் சொல்வதற்கு முன்பே கூடத்திலிருந்த அவனது செல்போன் மணியொலித்தது.

''இரு. போனை எடுத்துட்டு வரேன்'' வெளியே வந்து பார்த்தான்.

சத்யாவிடமிருந்துதான் அழைப்பு. மனம் படபடத்தது. இரண்டு நாட்களாக எதிர்பார்த்திருந்ததுதான். என்னவோ இப்போது இந்த அழைப்பைத் துண்டிக்கவேண்டுமென நினைத்தான்.

''யாரு?'' அர்ச்சனா அறையிலிருந்து வெளியே வந்தாள். அவள் கையில் பஞ்சடைத்த சிறிய கோழிக்குஞ்சு பொம்மை.

பச்சைப் புள்ளியை நகர்த்தி காதில் வைத்தான் ''சொல்லு சத்யா.''

அந்தப் பெயரைக் கேட்டதும் அர்ச்சனாவின் முகத்தின் ஒளி ஒருகணம் மங்கியது.

''சரி சத்யா. இப்பவே வரேன்.''

இணைப்பைத் துண்டித்துவிட்டு நிமிர்ந்தவன் அர்ச்சனாவின் முகத்தைப் பார்த்ததும் சுதாரித்தான். சிரிக்க முயன்றான்.

''என்னப்பா சொல்றா?''

''அட என்ன இது? அதுக்குள்ள இப்பிடி வேர்க்குது?'' அருகில் சென்று அவள் முகத்தைத் துடைத்தவனை ஆழமாகப் பார்த்தாள்.

''சொல்லு குணா. என்ன சொன்னா?''

தோள்களை இறுகப் பற்றியவன் அவள் கண்களைப் பார்த்தான். சிரித்தான். ''ஒண்ணும் சொல்லலை. நாளைக்குக் காலையில ரிப்போர்ட் வருதாம். பத்து மணிக்கு வரச் சொன்னா.''

பெருமூச்செறிந்தவள் சந்தேகத்துடன் அவனைப் பார்த்தாள் ''அதானே. வேற ஒண்ணும் சொல்லலையே.''

குணா சிரித்தபடியே அவள் தலையில் தட்டினான் ''நீ வேணா

கேட்டுக்க.''

அவனைக் கட்டிக்கொண்டாள். உடலில் நடுக்கம். மார்பில் சாய்ந்தபோது அவனது மார்புத்துடிப்பையும் கேட்க முடிந்தது.

நிமிர்ந்து முகம்பார்த்தபடி சொன்னாள் ''பயமா இருக்குப்பா.''

'எனக்கும்தான்' என்று சொல்ல நினைத்தவன் எதுவும் சொல்லாமல் சுவரிலிருந்த படத்தைப் பார்த்தான். தேவகுமாரன் கருணை ஒளிரும் கண்களுடன் புன்னகைத்தார்.

★

மூடிய விரல்களுடன் கைகளை உயர்த்தி நெளிந்து சன்னமாய் சிணுங்கிய மகவையே உற்றுப் பார்த்திருந்தான் குணா. அடர்த்தி யான முடியுடன் சின்னஞ்சிறு தலை. பிஞ்சு உயிரின் புது நிறம். வலது புருவத்தருகே கந்திப்போனதுபோல சற்றே அழுத்தமான சிவப்புத் தடம்.

''அப்பிடிப் பாக்காதீங்க. பெத்தவங்க கண்ணுபடக்கூடாதுன்னு சொல்லுவாங்க'' அர்ச்சனா களைப்புடன் ஒருக்களித்துப் படுத் தாள்.

''யாரோட ஜாடைன்னு பாக்கறேன்'' குணா நாற்காலியில் அமர்ந்தான்.

''பொறந்து நாலு நாள்ல இதான் ஜாடைனெல்லாம் தெரியாது. சந்தோஷத்துல சும்மா சொல்லுவாங்க'' விலகிய துணிக்கு வெளியே நீண்டிருந்த குழந்தையின் பாதத்தை வருடினாள். சற்றே நடுங்கி உள்ளிழுத்தது. ''அவனோதான் வந்துருக்கான். என் பிரார்த்தனை வீண்போகலை.''

கதவைத் தட்டும் சத்தம். குணா எழுந்தான். ''என்ன பண்றாரு ஜூனியர்... சத்தத்தையே காணோம்'' சத்யா உள்ளே வந்தாள்.

''இன்னும் தூங்கி முடியலையா. ரொம்பதான் டயர்டா'' குழந்தையருகில் குனிந்து சிரித்தாள்.

''இப்பல்லாம் தூங்குவான். ராத்திரில வந்து பாரு. ஒருநிமிஷம் கண்ணை மூடவிடமாட்டான்.'' குணா சடவுமுறித்தபடியே சொன்னான்.

''உனக்கென்ன வேலை. கண்ணுமுழிச்சு பாத்துக்கோ. எத்தனை நாள் பாத்துக்கப் போறே. வீட்டுக்குப் போன கையோட ஆபிஸ் கௌம்பிருவே.'' சத்யா கல்கண்டை எடுத்து வாயில் போட்டுக் கொண்டாள்.

மறுபடியும் கதவைத் தட்டும் சத்தம். குணா நகரவும் சத்யா அவனை நிறுத்தினாள். ''ஒருநிமிஷம். இந்த குட்டி விருந்தாளி யைப் பாக்க ஒருத்தர் வரப் போறாங்கன்னு நெனக்கறேன். இரு, நானே பாக்கறேன்.''

அர்ச்சனா போர்வையை சரிசெய்தாள். குணா அவளை கேள்வி யுடன் பார்த்தான்.

மிகுந்த தயக்கத்துடன் மெல்ல உள்ளே வந்தாள் அர்ச்சனாவின் அம்மா. இருவரையும் நிமிர்ந்து முகம் பார்க்காமல் குழந்தையின் அருகில் சென்றாள்.

''வாங்க...'' குணா கதவருகிலேயே நின்றான்.

அர்ச்சனா ஒன்றும் சொல்லாமல் அம்மாவின் முகத்தைப் பார்த்தாள். கண்கள் கலங்கின.

''உக்காருங்க ஆன்டி... ஏய். குட்டிப் பயலே. பாட்டி வந்துருக் காங்கடா. கண்ணைத் தெறந்து பாரு'' சத்யா குழந்தையின் கையைப் பற்றி மெல்ல அசைத்தாள்.

அம்மா தலைதிருப்பாமல் அர்ச்சனாவை ஒருதரம் பார்த்தாள். மீண்டும் தலைகவிந்தாள்.

''ஆமா குட்டி. இப்பவே பாத்துக்க. பெத்த மகளே இருந்தாளா செத்தாளான்னு பாக்க வராதவங்க. உன்னைப் பாக்கறதுக்கு அதிசயமா வந்திருக்காங்க. நல்லா பாத்துக்க...'' அர்ச்சனா கண்ணீரைத் துடைத்தாள்.

குணா மெல்ல நகர்ந்து வெளியேறினான்.

''என்ன அர்ச்சனா இது'' சத்யா சொன்னதை இடைமறித்தாள் அம்மா. ''அவ கேக்கறது நியாயந்தானே சத்யா. பெத்த புள்ளையை அவ தூக்கிக் குடுத்துட்டு ஆறுதல் சொல்லக்கூட ஆள் இல்லாம நின்னபோதும் நான் கல்லுமாதிரிதானே உக்காந்துருந்தேன். திட்டட்டும்.'' கண்ணீரைத் துடைத்தவள் சட்டென நிமிர்ந்து அர்ச்சனாவின் கையைப் பற்றினாள்.

சொற்கள் அடங்கிய நொடியில் அழுகை வலுத்தது. வெம்மை யுடன் கூடிய கண்ணீர் பெருக அர்ச்சனா உடைந்தழுதாள்.

ஒருமுறை கால்களை உதைத்து துள்ளுவதுபோல் உடலை எக்கிய குழந்தை விறிட்டழுதது.

''குட்டிக்கு பொறுக்கலை பாருங்க...'' சத்யா துணிகளை விலக்கினாள். ஈரமாக்கியிருந்தான். ''என்ன குட்டி நீ. பாட்டி

மடியில போகாம இப்பிடி பெட்லயே போயிருக்கே.''

அறையின் மூலையிலிருந்த குழாயில் கைகளைக் கழுவிய அம்மாவைப் பார்த்துக் கேட்டாள் அர்ச்சனா ''நீ இங்க வந்தது அப்பாக்குத் தெரியுமா?''

கைகளைத் துடைத்துவிட்டு குழந்தையை எடுத்து மடியில் இருத்திக்கொண்டாள் அம்மா. கைகளை நீட்டி உடலை நெளித்தவன் சிவந்த உதடுகளை ஒருமுறை சப்பி நிறுத்தினான்.

''தெரியாது.''

''குழந்தை பிறந்துருக்குன்னாவது தெரியுமா?''

''ம். தெரியும். அவர்தான் எங்கிட்ட சொன்னது'' குழந்தையை கூர்ந்து கவனித்தபடியே சொல்லிவிட்டு நிமிர்ந்தாள். ''உன்மேல இன்னும் கோவம் தீரலை.'' சற்றே இடைவெளிவிட்டுச் சொன்னாள் ''எனக்குந்தான்.''

அர்ச்சனா புன்னகைத்தபடியே சத்யாவைப் பார்த்தாள். ''இருக் கட்டும். ஒண்ணைப் பெத்து மண்ணுல போட்டதுக்கப்பறமும் கோவம் தீரலைன்னா... இருக்கட்டும்.'' கன்னத்தில் ஒருதுளி நீர் வழிந்து சொட்டியது.

''அதெல்லாம் ஒண்ணுமில்லை. அவரும் வருவார். இந்தக் குட்டிப் பயலை தூக்கிக் கொஞ்சறதுக்கு எல்லாரும் வருவாங்க.'' சத்யா உற்சாகத்துடன் இன்னுமொரு கல்கண்டை எடுத்து வாயில் போட்டாள்.

''வரலாமா?'' கையில் இரண்டு பழச்சாறுக் குவளைகளுடன் குணா எட்டிப் பார்த்தான்.

★

''**எ**ம் ஆண்டவரின் ஆசி மண்ணில் மழையெனப் பொழி கிறது. அவரது கருணையே இங்கு ஒளியென விரிகிறது. அவரது தூயகத்தில் அடைக்கலம் வந்தோர்க்கு துன்பம் எதுவுமில்லை. நம் ஆண்டவராகிய தேவனை நாம் வணங்குவோம். அவரே எமக்கு எல்லாம் என மண்டியிடுவோம். அவர் பாதத்தில் சரணடைவோம். ஆமென்!''

பிரார்த்தனைக் கூட்டத்தை முடித்துக்கொண்டு பாதிரியார் பீடத்திலிருந்து கீழே இறங்கினர். அனைவரும் எழுந்து சிலுவை யிட்டபடி பைபிளுடன் நகர்ந்தனர். சற்று முன்பிருந்த அமைதி கலைந்து சலசலப்பு.

அடர்ந்த வேம்பின் கீழே குழந்தையுடன் அமர்ந்திருந்த குணா வின் அம்மாவும் அர்ச்சனாவும் எழுந்துகொண்டனர். ''பிரேயர் முடிஞ்சிருச்சு போல...''. அதேசமயத்தில் தேவாலயத்தின் மணியொலித்தது. கணீரென்ற ஒலிகேட்டு குழந்தை உடலைச் சிலிர்த்து அழுதான்.

''குட்டி பயந்துட்டியா... இல்லடா செல்லம். இதப் பாரு. பாட்டிகிட்ட வந்துரு'' குணாவின் அம்மா அர்ச்சனாவிடமிருந்து குழந்தையை வாங்கிக்கொண்டு ஆலயத்தை நோக்கி நகர்ந்தாள்.

நிறைவும் மகிழ்ச்சியும் துலங்கிட கூடத்தில் நின்ற குணாவின் அருகில் வந்தாள் அர்ச்சனா. ''குட்டிக்கு என்ன பேர் வெக்கப் போறேன்னு சொல்லுங்க பாக்கலாம்.''

ஏற்கெனவே பலமுறை கேட்டு பதில்பெற முடியாத கேள்வி தான். குணாவுக்குத் தெரியும். ஆனாலும் உதடு பிதுக்கினான். பிரார்த்தனைக் கூடத்தை நெருங்கி நின்றனர். ஏற்கெனவே சிலர் ஞானஸ்நானத்திற்காகக் காத்திருந்தனர்.

''நான் சொல்லட்டுமா...'' குணாவின் அப்பா கண்ணாடியைத் துடைத்து மாட்டியபடியே கேட்டார். ஒட்டிவெட்டப்பட்ட முடியில் நரைவெண்மை மின்னியது. பளிச்சென்ற சவரக்கன்னத் தில் இறுக்கம். தூய வெள்ளைச் சட்டை பளபளத்தது. அர்ச்சனா ஓரடி பின்னகர்ந்தாள்.

''இவன் பொறந்தப்ப இருந்து கேட்டு எனக்கே சலிச்சிருச்சு. நீங்க எப்பிடிப்பா சொல்ல முடியும்?'' குணா சிரித்தான்.

முன்னால் நின்றவர்கள் சிலுவையிட்டு வணங்கி நகரவும் குணாவின் அப்பா பணிவுடன் முன்னகர்ந்தார். குணா அவருக்கு இடதுபக்கமாக நின்றான். அர்ச்சனாவிடம் குழந்தையைக் கொடுத்தாள் குணாவின் அம்மா.

பாதிரியார் அருகில் வந்தார். சங்கிலியில் வெள்ளிச் சிலுவை மின்னி அசைந்தது. புன்னகைத்தார். குணாவும் அப்பாவும் அவரை நெருங்கி ஸ்தோத்திரம் சொல்லி பின்னகர்ந்தனர். ''காட் பிளஸ் யூ'' உதடு பிரியாமல் மெல்ல முணுமுணுத்தவர் அர்ச்சனாவின் மேல் பார்வையை நிறுத்தினார்.

''கர்த்தரோட ஆசி இருக்கும்மா. எல்லாம் நல்லதே நடக்கும்'' அவள் நெற்றியில் சிலுவையிட்டவர் குணாவின் அம்மாவிட மிருந்த குழந்தையைப் பார்த்ததும் சிரித்தார். சற்றே குனிந்து உதடுகளால் சத்தமெழுப்பினார். உருண்ட விழிகளை ஒருகணம் நிறுத்திப் பார்த்துவிட்டு கால்களை உதைத்தான். உதடுகளைக்

குவித்து எச்சிலைத் தூவினான்.

''குறும்புப் பயலா இருக்கானே...'' பாதிரியார் நகர்ந்து முகம் துடைத்தார். கண்களை உருட்டி அர்ச்சனா குழந்தையைப் பார்க்கவும் அவன் மறுபடியும் உதட்டைக் குவித்து 'ப்பர்ப்பர்...' என்று சத்தமெழுப்ப எச்சில் தெறித்தது.

மீண்டும் ஆலய மணியொலித்தது.

இம்முறை குழந்தை சிரித்தான். ''என்ன பேர் செலக்ட் பண்ணி ருக்கீங்க'' ஃபாதர் குணாவின் அப்பாவைப் பார்த்துக் கேட்டார்.

வழிபாட்டுக் கூடத்தின் மத்தியில் பளிங்குப் பீடத்தில் கருணையின் ஒளி துலங்க நின்ற தேவகுமாரனைப் பார்த்துச் சிலுவையிட்டவர் அர்ச்சனாவைப் பார்த்து நிறைவுடன் சொன்னார் ''எல்லாம் எம் மருமக முடிவு பண்ணி வெச்சிருக்கா. உங்க கிட்டதான் சொல்லுவா போல.''

''அப்பிடியாம்மா. குட். எங்கிட்ட சொல்லு. அப்பத்தானே ஆண்டவரோட ஆசியோட இவனுக்கு வெக்கமுடியும்.''

அர்ச்சனா குணாவின் அம்மாவின் கையிலிருந்து குழந்தையை வாங்கினாள். இரு கைகளிலும் அவனை ஏந்தியபடி ஒருகணம் பார்த்தாள். ஜன்னல் கண்ணாடி வழியே விழுந்த ஒளிக்கற்றையின் வெளிச்சம் அவன் முகத்தில். அம்மாவின் கண்களைப் பார்த்துச் சிரித்தவுடன் தேவகுமாரனை தலைவணங்கியபடி மெல்லச் சொன்னாள் ''ஆனந்த்.''

குணாவின் அப்பா கண்ணசைக்க குணா பையிலிருந்து ரூபாய் நோட்டுக்களை எடுத்து பீடத்திலிருந்த காணிக்கைக்கான சிறிய பெட்டியில் போட்டான்.

பளிங்குக் கிண்ணத்திலிருந்த புனித நீரை குழந்தையின் தலையில் தெளித்து நெற்றியில் சிலுவையிட்டார். நீர்த்துளி பட்டதும் உடல் சிலிர்க்க கால்களை உதைத்துச் சிணுங்கினான்.

''ஆண்டவரின் அருளாசி பரிபூரணமாய் கிட்டுவதாக. அவனது ராஜ்ஜியத்தின் அனைத்து வளமைகளும் இவனை அடைவதாக. எம் தேவனின் ஆசியால் கல்வியும் தேக ஆரோக்கியமும் பெருமை யும் புகழும் இவனைச் சேரும். ஆண்டவரின் எல்லையில்லா நல்லாசியுடன் நன்மைகள் சூழ சந்தோஷம் கொள்ளும் இவனை ஆனந்த் என்று அழைப்போமாக. நல்ல மேய்ப்பனின் மந்தையில் ஒருவனாகிவிட்ட இம்மழலையை ஆன்டனி என்றும் அழைப் போமாக. தேவகிருபை உம் அனைவருக்கும் என்றென்றும்

பொழிவதாக. ஆமென்!''

ஆலயமணி ஒலித்தது. ஆனந்த் உற்சாகத்துடன் விழிகளை உருட்டிப் பார்த்தான்.

★

வெள்ளையும் காவியுமான சுற்றுச்சுவரும் கோபுரமுமாய் பழனிமலை கம்பீரத்துடன் நின்றது. அடிவாரத்தில் முடி காணிக்கை தரும் இடத்தில் அவ்வளவாய் கூட்டமில்லை. கூரையில் நின்ற மயில் தவ்விப் பறந்து மரக்கிளையில் அமர்ந்தது.

இடுப்பில் நிற்காத வேட்டியை மீண்டும் சரிப்படுத்திக்கொண்ட குணாவைப் பார்த்துச் சிரித்தாள் அர்ச்சனா.

''இப்பத்தான் பழைய அர்ச்சனாவைப் பாக்கறமாதிரி இருக்கு...'' அர்ச்சனாவின் அம்மா சொன்னதைக் கேட்டு அப்பா தலையாட்டினார்.

''பையனை சரியாப் புடுச்சிக்கங்க. பத்திரம்'' சவரக் கத்தியில் நறுக்கிய பிளேடைச் செருகியபடியே சொன்ன பெரியவர் பழனிமலையை நோக்கி கைகூப்பி வணங்கினார்.

அர்ச்சனாவின் தம்பி ஆனந்தின் தலையைப் பிடித்தான். ''எனக்கு வேணாம்...'' தலையை உலுக்கி ஆட்சேபித்தான். உதடு பிதுக்கி அழலானான்.

''ஒண்ணுமில்ல செல்லம். இதப்பாரு... அம்மா பக்கத்துலதான் இருக்கேன். செரியா... உனக்கு ஐஸ்கிரீம் புடிக்குமில்ல...'' அர்ச்சனா பக்கத்தில் மண்டியிட்டாள். அவள் முகத்தையே பார்த்திருந்த ஆனந்த மறுபடியும் தலையாட்டினான் ''ஒண்ணும் வேணாம்...''

தலையில் தண்ணீரைத் தெளித்த பெரியவர் கண்காட்ட அர்ச்சனாவின் தம்பி தலையைப் பிடித்தான். பெரியவர் நெற்றி மேட்டில் கத்தியை வைத்து நிதானமாக நகர்த்தினார். ஆனந்தின் அழுகை வலுத்தது.

விளையாடிக்கொண்டிருந்த குழந்தைகள் ஓடி வந்தனர்.

''மூணு வயசு முடிஞ்சிருச்சா...'' அர்ச்சனாவின் சித்தி அருகில் வந்தாள்.

''இந்த டிசம்பரோட மூணு வயசு முடியுது சித்தி.''

''ஸ்கூல்ல போட்டுட்டியா?''

''ஆமா சித்தி. ப்ரீ கே.ஜி படிக்கிறான்.''

''எல்லாரும் இப்பிடி ஒண்ணா சேந்து கோயிலுக்கு வந்து எத்தனை வருஷமாயிருச்சு. சந்தோஷமா இருக்கு அர்ச்சனா.''

சிமெண்ட்ஷீட் வேய்ந்திருந்த கூரையிலிருந்து சரசரவென இறங்கிய மந்தி தண்ணீர் தொட்டியின் மேல் தாவி அமர்ந்தது.

''கொரங்கு வருது பாட்டி...'' ரெட்டை ஜடை சிறுமி கத்தினாள்.

கண்களை உருட்டிப் பார்த்த மந்தி பல்லைக் கிஞ்சியது. கண்ணாடி அணிந்த சிறுவன் கைகளை ஓங்கி விரட்டினான்.

''டேய்... வெரட்டாதடா. எறங்கி வந்து கடிச்சிடும்'' ரெட்டைஜடை எச்சரித்தாள். ஆனந்தின் அழுகை ஓய்ந்திருந்தது. மூக்கில் வழியும் சளியுடன் குனிந்திருந்தான்.

''அவ்வளவுதான். முடிஞ்சுது'' பெரியவர் கத்தியை மடக்கிக் கொண்டு எழுந்தார். இடுப்பு வேட்டியிலிருந்து முடிக்கற்றைகள் உதிர்ந்தன. மடியிலிருந்து எழுந்த ஆனந்த் தலையைத் தடவினான். கீழே கிடந்த முடியைப் பார்த்துவிட்டு நிமிர்ந்து பெரியவரைப் பார்த்தான்.

''வெந்நீர் ரெடியா இருக்கு. குளிப்பாட்டிருங்க.''

மரத்திலிருந்து தொங்கிய குரங்கை கண்டதும் ஆனந்த் காலை தூக்கி உதைத்தான்.

குணா வேட்டியைப் பிடித்தபடி அருகில் வந்து நின்றவுடன் முகத்தைச் சுளித்தபடி சிணுங்கினான் ''டாடி..''

அவன் பின்னால் வந்து தலையைத் தடவியபடியே அர்ச்சனா சொன்னாள் ''மொட்டே...''. திரும்பிப் பார்த்துச் சிரித்த ஆனந்த் அவளிடம் தாவினான்.

'பழனிமலை முருகனுக்கு அரோகரா...' சாலையில் காவடிக் கூட்டம் குரலெழுப்பி நகர்ந்தது.

★

ஓயாமல் அடித்துக்கொண்டிருந்த அலைபேசியை எரிச்சலுடன் எடுத்துப் பார்த்தான் குணா. அர்ச்சனாவிடமிருந்து பதினோராவது அழைப்பு.

''முக்கியமான வேலை. தொந்தரவு பண்ணவேணாம்னு சொன்னேனில்லை''

''உடனே கௌம்பி ஸ்கூலுக்கு வரணும். ஆனந்தோட கிளாஸ்

மிஸ்கிட்டேருந்து போன் வந்துச்சு. அவனுக்கு..." அர்ச்சனாவால் தொடர்ந்து பேசமுடியவில்லை.

பதில்பேசாமல் ஒருகணம் நின்றான். காலையில் போகும் போது உற்சாகமாக கையசைத்துவிட்டுத்தானே போனான்?

"சரி. பதட்டப்படாதே. நீ ரெடியா இரு. வரேன்."

எதைப் பற்றியும் யோசிக்காமல் பாதையில் கவனத்தைக் குவிக்க நினைத்தும் பயமும் பதற்றமும் மெல்ல அவனைச் சூழ்ந்தன. 'எதுவுமில்லை. சாதாரணமான ஒன்றுதான். வீணாகப் பயப்படக்கூடாது...' தனக்குத்தானே சொல்லிக்கொண்டான். வலதுகை உயர்ந்து அனிச்சையாக சிலுவையிட்டது.

அர்ச்சனா வாசலிலேயே காத்திருந்தாள்.

காரில் ஏறியவுடன் நிதானமாகக் கேட்டான் "மிஸ் என்ன சொன்னாங்க?"

"உடம்பு சரியில்லை. உடனே வாங்கன்னு சொன்னாங்க. வேற எதையும் சொல்லலை. எனக்கு பயமா இருக்கு குணா." கண்ணீரைத் துடைத்தபோது விரல்கள் நடுங்கின.

மரத்தடியில் காரை நிறுத்திவிட்டு பன்னீர் மரங்கள் வரிசையில் நின்ற நீண்ட பாதையில் நடந்தான். அர்ச்சனா அவன் கையைப் பற்றியிருந்தாள். மைதானத்தில் பிள்ளைகளின் விளையாட்டு இரைச்சல். மையக் கட்டடத்தின் முன்னால் விரிந்திருந்த புல் வெளியில் நீர்தூவி சுழன்று தண்ணீரை இறைத்துக்கொண் டிருந்தது.

அர்ச்சனாவைக் கண்டதும் ஓய்வறையிலிருந்து ஆசிரியை வெளியில் வந்தாள். "என்னாச்சு மிஸ்..."

"பயப்படறதுக்கு ஒண்ணுமில்லை. வாங்க. ஹெல்த் கிளினிக்ல தான் படுத்திருக்கான்."

நீண்ட வராந்தாவில் பிரார்த்தித்தபடியே நடந்தான் குணா.

"ரெண்டாவது பீரியட்லதான் பாத்தேன். டெஸ்க்லயே சோந்து படுத்திருந்தான். தொட்டுப் பாத்தா கொஞ்சம் காய்ச்சல் தெரிஞ்சுது. அப்பறமாதான் உங்களுக்கு போன் பண்ணினேன்."

வண்ண ஓவியங்கள் ஒட்டப்பட்டிருந்த பலகைக்கு எதிரில் சிறிய அறை. மின்விசிறி நிதானமாக சுற்றியிருக்க சுவரோரத்தில் கிடந்த சிறிய கட்டிலில் படுத்திருந்தான் ஆனந்த்.

கண்ணாடி அணிந்த இன்னொரு ஆசிரியை புன்னகைத்தபடி

வந்தாள். ''கொஞ்சம் டெம்பரேச்சர் இருந்துச்சு. குரோசின் குடுத்திருக்கேன். தூங்கறான்.''

ஆனந்தை நெருங்கி அவன் நெற்றியில் கைவைத்துப் பார்த்தான் குணா.

காய்ச்சல் கொதித்தது.

★

எம்.கோபாலகிருஷ்ணன் *(51)*

திருப்பூரில் பிறந்தவர். வணிகவியலிலும் இந்தி இலக்கியத்திலும் முதுகலைப் பட்டம். அரசுப் பணி. மனைவி, மகன், மகளுடன் வசிப்பது கோவையில்.

நாவல்கள்

அம்மன் நெசவு *(2002)*
மணல் கடிகை *(2004, 2012)*
மனைமாட்சி *(2018)*

சிறுகதைத் தொகுப்புகள்

பிறிதொரு நதிக்கரை *(2000, 2016)*
முனிமேடு *(2007)*
சக்தியோகம் *(2018)*

கவிதைத் தொகுப்பு

குரல்களின் வேட்டை *(2000)*

கட்டுரை

நினைவில் நின்ற கவிதைகள் *(2018)*
   (சிறுவாணி வாசகர் மையம்)

மொழிபெயர்ப்புகள்

ஈஷாவாஸ்ய உபநிஷத் - ஒரு அறிமுகம் *(1999, 2015)* ஒரு அடிமையின் வரலாறு - வாழ்க்கைச் சரிதம் - பிரடெரிக் டக்ளஸ் *(2001)*

வாழ்விலே ஒரு நாள் - நாவல் - சோல்ஸெனிட்சன் *(2003)*

காதலின் துயரம் - நாவல் - கதே *(2006)*

சிவப்புத் தகரக் கூரை - நாவல் - நிர்மல்வர்மா *(2013)* - *(காலச்சுவடு பதிப்பகம்)*

இணையாக்கங்கள்

இலக்கிய உரையாடல்கள் *(ஜெயமோகனுடன் இணைந்து கண்ட நேர்காணல்கள்) - (2006) - (எனி இந்தியன் பதிப்பகம்)*

வீட்டின் மிக அருகே மிகப் பெரும் நீர்ப்பரப்பு *(செங்கதிர் தொகுத்த ரேமண்ட் கார்வரின் சிறுகதைத் தொகுப்பு) - (2014) - (காலச்சுவடு பதிப்பகம்)*